AF351656

®
INSIGHT PUBLICA

Nadakkavu, Kozhikode, Kerala 673011
Tel:0495-4020666
www. insightpublica.com
e-mail: insightpublica@gmail.com

German Nadodikadhakal

(Malayalam)

PKN Panicker

First Edition: May 2019

ISBN 978-93-87398-98-6
Printed and Published by
Insightinpublica Printers & Publishers Pvt. Ltd.

ജർമ്മൻ
നാടോടിക്കഥകൾ

പുനരാവർത്തനം:
പി. കെ. എൻ. പണിക്കർ

1935-ൽ കവിയൂരിൽ ജനനം. കവിയൂർ എൻ.എസ്.എസ് ഹൈസ്ക്കൂൾ, ചങ്ങനാശ്ശേരി എൻ.എസ്.എസ് കോളേജ്, ബനാറസ് ഹിന്തു യൂണിവേഴ്സിറ്റി (കെമിക്കൽ എൻജിനീയറിംഗ്) എന്നിവിടങ്ങളിൽ വിദ്യാഭ്യാസം. ഇന്ത്യൻ ഇൻസ്റ്റിറ്റ്യൂട്ട് ഓഫ് കെമിക്കൽ എൻജിനീയേഴ്സിന്റെ പ്രസിഡന്റായിരുന്നു. മദിരാശി കേരള സമാജത്തിന്റെയും കെമിക്കൽ ഇൻഡസ്ട്രീസ് അസോസിയേഷന്റെയും. മദിരാശി കേരള വിദ്യാലയത്തിന്റെ കറസ്പോണ്ടന്റും.

കൃതികൾ-ഇംഗ്ലീഷ്: Our Earth, Our Environment, Swami Vivekananda, Random Reflections (poems), Insight (poems), Ultimate Triumph (poems) without Borders (poems), Selected poems of A.Ayyappan, Selected poems of vailoppilli Sreedhara Menon, Selected Poems of Akkitham, Selected Poems of 'P' and Selected Poems & Vishnu Narayanan Namboodiri (All English Translations)

കൃതികൾ-മലയാളം: ആൽക്കഹോൾ, ലോഹങ്ങളുടെ ലോകം, പല മുഖങ്ങൾ (ഏകാങ്കങ്ങൾ), സ്വപ്നങ്ങൾ (കവിത), അതിരുകൾക്കപ്പുറം (കവിത), ആഫ്രിക്കൻ നാടോടിക്കഥകൾ, ഏഷ്യൻ ആഫ്രിക്കൻ നാടോടിക്കഥകൾ, അമേരിക്കൻ നാടോടിക്കഥകൾ, കൊറിയൻ നാടോടിക്കഥകൾ, ആഫ്രിക്കൻ ഏഷ്യൻ നാടോടിക്കഥകൾ, അമേരിക്കൻ ഭൂഖണ്ഡത്തിൽ നിന്ന് 16 നാടോടിക്കഥകൾ, ഏഷ്യൻ നാടോടിക്കഥകൾ, ജപ്പാനീസ് നാടോടിക്കഥകൾ, ചൈനീസ് നാടോടിക്കഥകൾ,

E-mail : pknpanicker@gmail.com

പി.കെ.എൻ പണിക്കർ

ആമുഖം

നാടോടിക്കഥകൾ. ഓരോ സമൂഹത്തിന്റെയും വിവിധ കാല ഘട്ടങ്ങളിൽ ഉണ്ടായിട്ടുള്ള സാംസ്കാരിക വളർച്ചയുടെയും ചിലപ്പോൾ ചരിത്രപരമായോ സാമൂഹികമായോ ഉണ്ടായ സംഘർ ഷങ്ങളുടേയും സംഘട്ടനങ്ങളുടേയും, അതുപോലെ അതാത് ജനസ മൂഹത്തിന്റെ പ്രകൃതിയോട്ടും മറ്റ് ജീവജാലങ്ങളോട്ടും ഉണ്ടായിരുന്ന ബന്ധങ്ങളുടേയും മുഖമുദ്രകളാണ് എന്ന് പറഞ്ഞാൽ തെറ്റാവില്ല. എല്ലാ ദേശങ്ങളിലും അവരവരുടെ തനിമനിറഞ്ഞ ഇത്തരം ധാരാളം കഥകൾ പ്രചാരത്തിലുണ്ട്. നാടോടിക്കഥകൾ ശേഖരിച്ച് മറ്റ് ഭാഷക ളിലേക്ക് ഭാഷാന്തരം ചെയ്ത് പ്രസിദ്ധപ്പെടുത്തുന്നത് സംസ്കാരങ്ങളുടെ വളർച്ചയ്ക്കും പരസ്പര പൂരണത്തിനും പ്രയോജനപ്പെടുന്നു. ഇത്തരം പ്രസിദ്ധീകരണങ്ങൾ പല ഭാഷകളിലും ഉണ്ടെങ്കിലും ഇംഗ്ലീഷ് ഭാഷയിലാണ് ധാരാളമായി കാണുന്നത്. പരിഷ്കൃതരായിക്കഴിഞ്ഞി ട്ടില്ലാത്ത ജനസമൂഹങ്ങളിലേക്ക് ഇറങ്ങിച്ചെന്ന് വാമൊഴിയിൽക്കൂടി മാത്രം പ്രചാരത്തിലുണ്ടായിരുന്ന ഇത്തരം ധാരാളം കഥകൾ ശേഖ രിക്കുവാനും ഇംഗ്ലീഷിലേക്ക് പരിഭാഷപ്പെടുത്തി പ്രസിദ്ധീകരിക്ക വാനും ഇംഗ്ലീഷ് ഭാഷാപ്രേമികൾക്ക് കഴിഞ്ഞിട്ടുണ്ട്.

ഈ സമാഹാരത്തിൽ ഉൾപ്പെടുത്തിയിട്ടുള്ള എല്ലാ കഥകളും ജർമ്മനിയിൽ നിന്നുള്ളവയാണ്. എങ്കിലും, കഥകളുടെ പാഠഭേ ദങ്ങൾ മറ്റ് യൂറോപ്യൻ ഭാഷകളിലും പരക്കെ കണ്ടുഎന്ന് വരും. ഇതിലുള്ള കഥകൾ എല്ലാംതന്നെ ഇംഗ്ലീഷിൽനിന്ന് പരിഭാഷ പ്പെടുത്തിയവയാണ്. നമ്മുടെ വായനക്കാർക്ക്, പ്രത്യേകിച്ചും കുട്ടി കൾക്ക് ആസ്വാദ്യകരമാകുന്ന രീതിയിൽ, അവരുടെ അഭിരുചിക്ക് ഇണങ്ങുന്ന രീതിയിൽ ചെറിയ പാഠഭേദങ്ങൾ വരുത്തിക്കൊണ്ടും, പല സന്ദർഭങ്ങളിലും ഒരു സംഭാഷണരീതി അവലംബിച്ചുകൊണ്ടും തയ്യാറാക്കിയ ഒരു പുനരാഖ്യാനമാണ് നിങ്ങളുടെ മുൻപിൽ സമർ പ്പിക്കുന്ന ഈ കൃതി.

ഇതിനുമുൻപ്, വിവിധ ഭൂപ്രദേശങ്ങളിൽ നിന്നുള്ള 120 കഥകൾ,

വിവിധ വാല്യങ്ങളിലായി വിവിധ പ്രസാധകർ മുഖേന മലയാ
ളത്തിൽ പ്രസിദ്ധീകരിക്കാൻ കഴിഞ്ഞു എന്നതില്യം അവയ്ക്ക്
വായനക്കാരിൽ നിന്നും കിട്ടിയ സ്വീകരണം തൃപ്തികരമായിരുന്നു
എന്നതില്യം സന്തോഷമുണ്ട്.

പുനരാഖ്യാനം ചെയ്ത കഥകൾ വായിച്ച് കേൾക്കുകയും നമ്മുടെ
കുട്ടികളുടെ സംസ്കാരത്തിനും അഭിരുചിക്കും ഇണങ്ങുന്ന ചില പാഠ
ഭേദങ്ങൾ നിർദ്ദേശിക്കുകയും ചെയ്ത എല്ലാവിധ സഹകരണവും
നൽകിയ ഭാര്യയും, സ്നേഹിതയും ആയ ലീലാനരേന്ദ്രനോടുള്ള എന്റെ
കടപ്പാട് രേഖപ്പെടുത്തുന്നു.

ഈ സമാഹാരം നല്ലരീതിയിൽ പ്രസിദ്ധീകരിക്കാൻ സന്മനസ്സ്
കാണിച്ച ഇൻസൈറ്റ് പബ്ലിക്കയോട് എന്റെ കടപ്പാട് രേഖപ്പെടു
ത്തുന്നു.

ഈ സമാഹാരം മലയാള ഭാഷക്ക് ഒരു മുതൽക്കൂട്ടായി അംഗീകരി
ക്കപ്പെട്ടുമെങ്കിൽ എന്റെ ശ്രമം വിജയിച്ചു എന്ന് ഞാൻ അഭിമാനിക്കും.

പി.കെ.എൻ. പണിക്കർ

ഉള്ളടക്കം

ജർമ്മനി

യൂറോപ്പിന്റെ ഹൃദയം എന്നറിയപ്പെടുന്ന ജർമ്മനി എന്ന രാജ്യ ത്തെക്കുറിച്ച് ഓർക്കുമ്പോൾ ആദ്യം മനസ്സിൽ വരുന്നത് സാങ്കേതിക വളർച്ചയുടെ അത്യുന്നതിയിൽ എത്തിയ ഒരു രാജ്യം എന്നാണ്. പക്ഷേ അതോടൊപ്പം തന്നെ രണ്ട് ലോക മഹായുദ്ധങ്ങ ളുടെ ചരിത്രവും നമ്മുടെ മനസ്സിൽ മാറാതെ നിൽക്കും.

ഭൂമിശാസ്ത്രപരമായും ജർമ്മനി യൂറോപ്പിന്റെ ഹൃദയമാണ്. ജർമ്മ നിയുടെ ചുറ്റമായി ഡെൻമാർക്ക്, നെതർലാണ്ട്, ബെൽജിയം, ലക്സംബർഗ്, ഫ്രാൻസ്, സ്വിറ്റ്സർലാണ്ട്, ആസ്ത്രിയ, പോളണ്ട്, ചെക്ക് റിപ്പബ്ലിക് എന്ന ഒൻപത് രാജ്യങ്ങൾ സ്ഥിതി ചെയ്യുന്നു; വടക്ക് നോർത്ത് സമുദ്രവും, ബാൾടിക് സമുദ്രവും.

വിസ്തൃതി – 3,57,021 ച.കിലോമീറ്റർ

ജനസംഖ്യ –8..243 കോടി (2005-ൽ)

ആധുനിക ജർമ്മനിയുടെ ഉടക്കം 1871-ൽ ആണെന്ന് കരുതുന്ന തിൽ തെറ്റില്ല എന്ന് തോന്നുന്നു. പല രാഷ്ട്രീയ പ്രതിസന്ധികളും നേരിട്ട് ഒരു നിർണ്ണായക ശക്തിയായി വളർന്ന ജർമ്മനിയെ ഇന്ന് ലോകം ഓർക്കുന്നത് രണ്ട് ലോകമഹായുദ്ധങ്ങൾക്ക് ഇടക്കം കുറി ക്കുകയോ ആക്കം കൂട്ടുകയോ ചെയ്ത രാജ്യം എന്ന നിലയിലാണെന്ന് നേരത്തെ സൂചിപ്പിച്ചുവല്ലോ. 1914 ജൂലൈ 28-ാം തീയതി ഉടക്കം കുറിക്കുകയും 1918 നവംബർ 11-ാം തീയതി അവസാനിക്കുകയും ചെയ്ത ഒന്നാംലോകമഹായുദ്ധത്തിൽ പങ്കെടുത്തത് 30 രാജ്യങ്ങളാണ്. ആ മുപ്പത് രാജ്യങ്ങളിൽ നിന്നുള്ള 90 ലക്ഷം സൈനികരും 70 ലക്ഷം സാധാരണജനങ്ങളും ആ യുദ്ധത്തിൽ കൊല്ലപ്പെട്ടു. ഇന്ത്യയിൽ നിന്ന് 13 ലക്ഷം പേരാണ് സൈനികരായി പടെടുത്തത്; മരിച്ചത് ഏകദേശം 48000 പേരും.

ഇറ്റലിയിൽ ഉടലെടുത്ത ഫാസിസ്റ്റ് പ്രവണതയും ജർമ്മനിയിൽ 'നാസി' പാർട്ടിയുടേയും ഹിറ്റ്ലർ എന്ന സ്വേച്ഛാധികാരിയുടേയും രാഷ്ട്രീയ വളർച്ചയും ജപ്പാൻ ഒരു സൈനികശക്തിയായി വളരാൻ

കാണിച്ച അതിമോഹവും രണ്ടാം ലോകമഹായുദ്ധത്തിന് അടിസ്ഥാ നകാരണങ്ങളായി കരുതപ്പെടുന്നു. 1939 സെപ്റ്റംബർ മുതൽ 1945 സെപ്റ്റംബർ രണ്ടാം തീയതിവരെ നീണ്ടുനിന്ന രണ്ടാം ലോകമഹാ യുദ്ധത്തിൽ മരണപ്പെട്ടവരുടെ കണക്ക് നോക്കുക.

ലോകജനസംഖ്യ (ഏകദേശം) – 230 കോടി.

യുദ്ധത്തിൽ പങ്കെടുത്ത രാജ്യങ്ങൾ – 70

യുദ്ധത്തിൽ മരിച്ച സൈനികർ – 2.5 കോടി

മരിച്ച സാധാരണക്കാർ – 3.0 കോടി

ബന്ധപ്പെട്ട് ഉണ്ടായ പകർച്ച വ്യാധികൾ, പട്ടിണി മുതലായ കാരണങ്ങൾ കൊണ്ട് മരിച്ചവർ – 2.8 കോടി

അന്നത്തെ ഇന്ത്യയുടെ ജനസംഖ്യ – 37.8 കോടി

അന്നത്തെ ഇന്ത്യയിൽ ഇന്നത്തെ പാകിസ്ഥാനും ബംഗളാദേശും ഉൾപ്പെട്ടം)

യുദ്ധത്തിൽ മരിച്ച ഇന്ത്യൻ സൈനികർ – 87,000

ബന്ധപ്പെട്ടകാരണങ്ങളാൽ മരിച്ച ഇന്ത്യക്കാർ– 25,00,000

മനുഷ്യരാശി നേരിട്ട ഏറ്റവും ഭീകരവും ദാരുണവുമായ ഒരു സംഭ വമായിരുന്ന രണ്ടാം ലോകമഹായുദ്ധം. യുദ്ധത്തിന്റെ ഏതാണ്ട് അവസാന ഘട്ടത്തിലാണ് അമേരിക്കൻ ഐക്യനാട്ടുകൾ ജപ്പാനിലെ നാഗസാക്കിയിലും ഹിരോഷിമയിലും അണുബോംബുകൾ ഉപയോ ഗിച്ചത്. ഇനി ഒരിക്കലും അങ്ങിനെയൊരു സംഭവം ഉണ്ടാകരുതെന്ന ആഗ്രഹത്തോടെ രാഷ്ട്രങ്ങൾ തമ്മിലുള്ള അഭിപ്രായഭിന്നതകൾ പരസ്പരം ചർച്ചചെയ്ത് പരിഹരിക്കാൻ അവസരം ഒരുക്കുന്ന ഒരു വേദിയായി രൂപം കൊണ്ടതാണ് ഐക്യരാഷ്ട്രസഭ. സഭയുടെ പ്രവർത്തനങ്ങൾ പൂർണ തൃപ്തി നൽകുന്നതല്ലെങ്കിലും കഴിഞ്ഞ 70 വർഷങ്ങൾ ലോകരാഷ്ട്രങ്ങൾക്ക് ഇടയിൽ ഉണ്ടായ പല സംഘർഷ ങ്ങളും കൂട്ടായ പ്രവർത്തനങ്ങളിൽക്കൂടി ഒതുക്കിത്തീർക്കാൻ കഴിഞ്ഞു എന്നത് ആശ്വാസം നൽകുന്നു. കൂടുതൽ പ്രതീക്ഷക്ക് വക നൽകുന്നു.

യുദ്ധത്തിനുശേഷം തോൽവി സമ്മതിക്കേണ്ടിവന്ന ജർമ്മനി രണ്ടായി വിഭജിക്കപ്പെട്ടു; കിഴക്കൻ ജർമ്മനിയും പടിഞ്ഞാറൻ ജർമ്മ നിയും എങ്കിലും 1990 ഒക്ടോബർ മൂന്നാം തീയതി രണ്ട് ജർമ്മനികളും മറ്റ് ലോകരാഷ്ട്രങ്ങളുടെ സമ്മതത്തോടെ വീണ്ടും ഒന്നുചേർന്നു. ഇന്ന് ജർമ്മനി അറിയപ്പെടുന്നത് ഫെഡറൽ റിപ്പബ്ളിക്ക് ഓഫ് ജർമ്മനി എന്ന പേരിലാണ്. യൂറോപ്യൻ യൂണിയൻ എന്ന പേരിൽ അറിയപ്പെ ടുന്ന യൂറോപ്യൻ രാജ്യങ്ങളുടെ കൂട്ടായ്മയിലെ അംഗവുമാണ് ജർമ്മനി.

തലസ്ഥാനം– ബെർലിൻ

ജനസംഖ്യ– 8 കോടി (2014ൽ)

ശരാശരി വരുമാനം– US$ 46000. (2015ൽ) ശരാശരി ആളോഹരി

വരുമാനത്തിൽ ജർമ്മനിക്ക് ലോകരാഷ്ട്രങ്ങളിൽ 20-ാം സ്ഥാനമാണ്.

ജർമ്മനി ഇന്ന് സാമ്പത്തികവും, സാങ്കേതികവും സാംസ്കാരിക വും ആയ എല്ലാ തുറകളിലും മുൻപന്തിയിലുള്ള ലോകരാഷ്ട്രങ്ങളിൽ ഒന്നാണ്. എക്കാലത്തും ആതുരശുശ്രൂഷയിൽ ജർമ്മനി മറ്റ് രാഷ്ട്ര ങ്ങളെ അപേക്ഷിച്ച് മുൻപന്തിയിലാണ്. 1880-ൽ ബിസ്മാർക്ക് എന്ന പ്രസിദ്ധനായ ജർമ്മൻ ഭരണാധിപന്റെ കാലത്തുതന്നെ ആതുരശു ശ്രൂഷ പ്രോത്സാഹിപ്പിക്കുന്ന തരത്തിൽ നിയമനിർമാണം നടത്തുക യും ഇന്ന് ഹോസ്പൈസസ്(Hospices) എന്നും സ്പിതാൽസ്(spirals) എന്നും അറിയപ്പെട്ടുന്ന ആതുരശുശ്രൂഷാകേന്ദ്രങ്ങൾ സ്ഥാപിക്കുകയും ചെയ്തിരുന്നു. 2005 ലെ കണക്കനസരിച്ച് ജർമ്മനിയുടെ മൊത്ത വരു മാനത്തിന്റെ 11% ആതുരശുശ്രൂഷാ പ്രവർത്തനങ്ങൾക്ക് വേണ്ടിയാണ് ചിലവാക്കുന്നത്. ഇന്ത്യയിൽ ഇത് കേവലം 4 ശതമാനം മാത്രമാണ്.

ജീവിത ദൈർഘ്യം (വർഷങ്ങൾ)	ജർമ്മനി	ഇന്ത്യ
പുരുഷന്മാർ	77	63
സ്ത്രീകൾ	82	64
ശിശു മരണ നിരക്ക് –	4	40
(1000 ജനനങ്ങളിൽ)		

എങ്കിലും ഇന്ന് അമിതഭാരം ജർമ്മനിയിൽ ഒരു വലിയ പ്രശ്നമായി വളരുകയാണ്.

എക്കാലത്തും ജർമ്മനി കവികളുടെയും ചിന്തകന്മാരുടെയും നാടായിട്ടാണ് അറിയപ്പെട്ടിരുന്നത്. ചിത്രകല, ശില്പ വിദ്യ, വാസ്തു വിദ്യ, സാഹിത്യം, സംഗീതം, തത്വശാസ്ത്രം, സയൻസ്, സാങ്കേതിക വിദ്യകൾ, എന്നിങ്ങനെ എല്ലാ തുറകളിലും വളരെയേറെ സംഭാവ നകൾ ലോകത്തിന് നൽകിയിട്ടുള്ള ജർമ്മനിയിൽ നിന്ന് ഈ തുറകളിൽ മറക്കാനാകാത്ത പ്രഗത്ഭരുടെ എണ്ണവും കുറവല്ല. അത്ത രത്തിൽ നമുക്ക് സുപരിചിതമായ കുറേ പേരുകൾ ഇംഗ്ലീഷിൽ തന്നെ കൊടുക്കാം.

Beethoven, Goethe, Helmholtz, Franhofer, Fahrenheit, Thomas Mann, Herman Hesse, Immanuel Kant, Hegel, Marx, Engels, Nietzsche, Einstein Max Plank, Heisenbery, Marcuse – ഈ പട്ടിക ഇടർന്നാൽ നീണ്ടുനീണ്ട് പോകും. ഇതുവരെയായി 102 ജർമ്മൻ വംശജർ നോബൽ പുരസ്കാരത്തിന് അർഹരായിട്ടുണ്ട്. അതേ സമയം ഇന്ത്യൻ വംശജരുടെ എണ്ണം വെറും 9 മാത്രമാണ്.

ജർമ്മനിയിലെ പ്രഗത്ഭരുടെ പേരുകൾ ഓർക്കുമ്പോൾ നമ്മുടെ മലയാളഭാഷയ്ക്ക് വളരെയധികം സംഭാവനകൾ നൽകിയ ഹെർമൻ ഗുണ്ടർട്ടിനെ മറക്കാൻ കഴിയുകയില്ലല്ലോ. അദ്ദേഹത്തിന്റെ സംഭാ വനകളുടെ ഒരു പട്ടികതന്നെ നൽകുന്നു.

വർഷം   പുസ്തകത്തിന്റെ പേര്

1843 -   കേരളോല് പത്തി.

1845 -   പഴഞ്ചൊല് മാല

1851 - മലയാളഭാഷാ വ്യാകരണം

1860 - പാഠമാല (മലയാളത്തിലെ ആദ്യ സ്കൂള് പാഠപുസ്തകം)

1868 – കേരളപ്പഴമ

1872 – ഇംഗ്ലീഷ്. മലയാളം നിഘണ്ടു.

1879 – മലയാളരാജ്യം(കേരളത്തിന്റെ ഭൂമിശാസ്ത്രം.)

കൂടാതെ 1847- ജൂണിൽ 'രാജ്യസമാചാരം' എന്ന വാർത്താപ ത്രത്തിനും 1847 ഒക്ടോബറിൽ 'പശ്ചിമോദയം' എന്ന മാസികയ്ക്കും അദ്ദേഹം തുടക്കം കുറിച്ചു.

ജർമ്മനിയിലെ പ്രധാന ധാതുവിഭവങ്ങൾ: കല്ലരി, ലിഗ്നൈറ്റ്, പ്രകൃതി വാതകം, ഇരുമ്പ്, ചെമ്പ്, നിക്കൽ, യുറേനിയം, പൊട്ടാസിയം എന്നിവയാണ്.

പ്രധാന കാർഷിക വിഭവങ്ങൾ. ബീറ്റ്റൂട്ട്, മുന്തിരി, ഗോതമ്പ് മുതലായവ. ഇവിടെ പഞ്ചസാരയുടെ ഉൽപാദനം ബീറ്റ്റൂട്ടിൽ നിന്നാണ്; കരിമ്പിൽ നിന്നല്ല.

ബിയറാണ് പ്രധാന പാനീയം. വെള്ളം കുടിക്കുന്നതിന് പകരം ദാഹശമനത്തിന് ഇവർ ബിയർ കുടിക്കാൻ താല്പര്യപ്പെടുന്നു. അടുത്ത കാലത്ത് വീഞ്ഞിനും സ്വീകാര്യത കൂടുന്നു. ഇതുപറയുമ്പോൾ ബിയറും വീഞ്ഞും നമ്മുടെ നാട്ടിൽ ധാരാളമായി ഉപയോഗിക്കുന്ന ചാരായം, വിസ്കി, റം മുതലായവയേപ്പോലെ ആരോഗ്യത്തിന് കൂടിയ അളവിൽ ദൂഷ്യം ചെയ്യുന്ന പാനീയങ്ങളല്ലെന്നുകൂടി പറയേണ്ടതായുണ്ട്.

ജർമ്മനിയുടെ വളർച്ച നമ്മെ അതിശയിപ്പിക്കുന്ന ഒന്നാണെന്ന് മാത്രമല്ല; മറിച്ച് നമുക്ക് പലതും പഠിപ്പിച്ച് തരുന്നതുമാണ്. ജർമ്മനി യിൽ ആതുര ശുശ്രൂഷക്ക് നൽകുന്ന പ്രാധാന്യം നേരത്തെ സൂചിപ്പി ച്ചു. അതുപോലെ ഭക്ഷ്യ വസ്തുക്കളുടെ പരിശുദ്ധിയേക്കുറിച്ചും അവർ ജാഗ്രുകരാണ്. ജർമ്മനിയിൽ ഭക്ഷ്യവസ്തുക്കളുടെ തരനിർണ്ണയം വളരെ പ്രാധാന്യം അർഹിക്കുന്നു. 1400-ാം ആണ്ട് മുതൽക്കതന്നെ ബീയറിന്റെ തരനിർണയത്തിന് നിയമങ്ങളും സംവിധാനവും ഉണ്ടായിരുന്നു. അതുപോലെ പരിസ്ഥിതിയുടെ പരിരക്ഷണത്തി ലും അവർ അങ്ങേയറ്റം ജാഗ്രത പുലർത്തുന്നു. വികസന പ്രക്രി യകൾ പരിസ്ഥിതി സംരക്ഷണത്തിന് തടസ്സമല്ലാത്ത രീതിയിൽ കൈകാര്യം ചെയ്യുന്നതിന് ജർമ്മനി ഒരു മാതൃകയാണെന്ന് പറയാം. ഉദാഹരണത്തിന് ജർമ്മനിയിലെ വിമാനത്താവളങ്ങളുടെ കണക്ക് നമ്മുടെ കേരളവുമായി താരതമ്യപ്പെടുത്തി പഠിക്കാം.

2013 ലെ കണക്കുകൾ പ്രകാരം:

	ജർമ്മനി	കേരളം
വിസ്തൃതി. ച.കി.മീറ്റർ	3,57,021	38,863
ജനസംഖ്യ. കോടി	8.07	3.34
വിമാനത്താവളങ്ങൾ	550	4

കൂടിയ വിമാനത്താവളങ്ങൾ പരിസ്ഥിതിയെ പ്രതികൂലമായി ബാധിക്കാത്തവണ്ണം അവർ വേണ്ട നടപടികൾ ശ്രദ്ധാപൂർവ്വം എടുക്കുന്നു എന്നതാണ് സത്യം; നാം പഠിക്കേണ്ട പാഠവും.

ജർമ്മൻ ജനതയുടെ ബഹുഭൂരിപക്ഷവും റോമൻ കത്തോലിക്, പ്രൊട്ടസ്റ്റന്റ് എന്ന രണ്ട് ക്രസ്ത്യൻ വിഭാഗങ്ങളിൽ പെട്ടന്നവരാണ്; ഏകദേശം 2 ശതമാനം ഇസ്ലാം മതവിശ്വാസികളും.

കുറഞ്ഞുവരുന്ന ജനസംഖ്യയാണ് ജർമ്മനി അഭിമുഖീകരിക്കുന്ന സമകാലിക പ്രശ്നങ്ങളിൽ ഒന്ന്. 2005-ലെ കണക്കുകൾ പ്രകാരം ജർമ്മനിയിലെ ജനനനിരക്ക് 1000ത്തിന് 8.33 ഉം മരണനിരക്ക് 10.55 –ഉം ആയിരുന്നു. അതായത് ജനസംഖ്യ 1000ത്തിന് 2.22 എന്ന കണക്കിന് വർഷംതോറും കുറഞ്ഞുകൊണ്ടിരിക്കുന്നു. ഈ കുറവ് നികത്താൻ ആണ്ടുതോറും ഏതാണ്ട് 1,80,000 മറ്റ് രാജ്യ ക്കാർക്ക് ജർമ്മനിയിലേക്ക് കുടിയേറി പാർക്കാൻ അനുവാദം നൽകേണ്ടതായുണ്ട്.

തവളയുടെ പ്രതിശ്രുത വരൻ

പണ്ട് പണ്ട് ജർമ്മനിയിൽ പറഞ്ഞുകേൾക്കാറുണ്ടായിരുന്ന ഒരു കഥയാണ് ഇത്. ആ രാജ്യത്തെ ഏതോ ഒരു ഗ്രാമത്തിൽ ജീവിച്ചിരുന്ന ഒരു മനുഷ്യന് മൂന്ന് ആൺമക്കൾ ഉണ്ടായിരുന്നു. അയാൾ ഒരു ദിവസം തന്റെ പ്രായപൂർത്തിയായ മൂന്ന് മക്കളെയും അടുത്തുവിളിച്ച് പറഞ്ഞു.

"നിങ്ങൾക്ക് പ്രായപൂർത്തിയായിരിക്കുന്നു. അതുകൊണ്ട് നിങ്ങൾ അനുയോജ്യരായ വധുക്കളെ കണ്ടുപിടിച്ച് വിവാഹം കഴിക്കണം."

അയാൾ ഏറ്റവും ഇളയവനായ ഹാൻസലിനോട് അല്പം പരുഷമായി പറഞ്ഞു.

"ഹാൻസൽ, നിനക്ക് ഇനിയും ബുദ്ധിയായി ഒന്നും ചെയ്യാനുള്ള പക്വത വന്നിട്ടില്ല. അതുകൊണ്ട് നീ വീട്ടിൽ തന്നെ നിന്ന് നമ്മുടെ കന്നുകാലികളെ നോക്കുകയും വീട്ടുജോലികൾ ചെയ്യുകയും ചെയ്താൽ മതി."

അതുകേട്ട ഹാൻസൽ തികഞ്ഞ അതൃപ്തിയോടെ എന്തൊക്കെയോ മുറുമുറുത്തു. അത് മനസ്സിലാക്കി ഹാൻസലിനോട് വീണ്ടും പറഞ്ഞു.

"നീ മുറുമുറുക്കുകയൊന്നും വേണ്ട. നിർബന്ധമാണെങ്കിൽ നീയും പോയി ഒരു വധുവിനെ അന്വേഷിച്ചോ."

അതുകേട്ട മൂത്ത സഹോദരന്മാർ അവനെനോക്കി പരിഹസിച്ച് ചിരിച്ചു. അവർ അവനെ എന്നും ഒരു മണ്ടനും മൊണ്ണനും ആയി മാത്രമാണ് കരുതിയിരുന്നത്.

അയാൾ വീണ്ടും പറഞ്ഞു.

"ഓരോദിവസവും നിങ്ങൾ നിങ്ങളുടെ അന്വേഷണത്തിന്റെ പുരോഗതി എന്നെ അറിയിക്കണം."

മക്കൾ മൂന്നുപേരും അവിടെനിന്നും അച്ഛനോട് വിടപറഞ്ഞ് യാത്ര തിരിച്ചു.

ഹാൻസൽ കുറേ ദൂരം നടന്നെത്തിയത് ഒരു വനത്തിലാണ്. വനത്തിന്റെ നടുവിലായി ഒരു വലിയ കുളവും ഉണ്ടായിരുന്നു.

ഹാൻസൽ ആ കുളക്കരയിൽക്കൂടി നടക്കുമ്പോഴാണ് ആ ശബ്ദം കേട്ടത്.

"ഹാൻസൽ, നീ എങ്ങോട്ടാണ് പോകുന്നത്?"

ഹാൻസൽ അതിശയിച്ചു പോയി. തന്റെ പേരു വിളിച്ച് സംസാ രിച്ചത് ആരാണ്? ചുറ്റും നോക്കിയിട്ട് ആരെയും കണ്ടതുമില്ല; കുളക്ക രയിൽ ഒരു കല്ലിന്റെ പുറത്ത് ഇരുന്ന ഒരു തവളയെ ഒഴിച്ച്.

"അതേ, പരിഭ്രമിക്കേണ്ട. ഞാൻ തന്നെയാണ് ചോദിച്ചത്. നീ എവിടേയ്ക്കാണ് യാത്ര?"

ആദ്യം ഹാൻസൽ അത്ഭുതപ്പെട്ടു. അവൻ ആലോചിച്ചു. 'എന്ത്, സംസാരിക്കുന്ന തവളയോ? അതു തനിക്ക് മനസ്സിലാകുന്ന മനുഷ്യ രുടെ ഭാഷയിൽ തന്നെ. ഓ. ഞാനെന്തിനാ ഇതൊക്കെ ചിന്തിക്ക ന്നത്? കാണമായിരിക്കും, സംസാരിക്കുന്ന മൃഗങ്ങളും, പക്ഷികളും, തവളകളുമൊക്കെ കാണമായിരിക്കും.'

അവൻ തവളയോട് മറുപടിയായി പറഞ്ഞു.

"ഞാൻ ഒരു വധുവിനെ തേടി പോകുകയാണ്."

"വധുവിനെയോ?"

"അതെ. എനിക്ക് കല്യാണം കഴിക്കാൻ ഒരു വധുവിനെ."

"എങ്കിൽ നീ എന്നെ കല്യാണം കഴിച്ചോ"

ഹാൻസൽ വിചാരിച്ചു. 'അതെ, അതിൽ എന്താ തെറ്റ്? ഇവളെ വിവാഹം കഴിക്കാൻ സമ്മതിച്ചാൽ പിന്നീട് കൂടുതൽ അലഞ്ഞുനട ക്കാതെ കാര്യം സാധിക്കുമല്ലോ. എന്നതന്നെയല്ല, എവിടെച്ചെന്നാ ലാണ് തനിക്ക് ഒരു വധുവിനെ കിട്ടുകയെന്ന് അറിഞ്ഞും കൂടാ."

ഹാൻസൽ കൂടുതലൊന്നും ആലോചിക്കാതെ പറഞ്ഞു.

"എനിക്ക് സമ്മതം."

"എന്നാൽ നാളെക്കാണാം." അത്രയും പറഞ്ഞിട്ട് തവള കുളത്തി ലേക്ക് ചാടി അപ്രത്യക്ഷയായി. ഹാൻസൽ തിരികെ വീട്ടിലേക്കും.

ഹാൻസൽ വീട്ടിലെത്തുന്നതിന് മുൻപുതന്നെ അയാളുടെ മൂത്ത സഹോദരന്മാർ വീട്ടിൽ മടങ്ങിയെത്തിയിരുന്നു. അവർ രണ്ടുപേരും ഹാൻസലിനോട് പൃച്ഛസ്വരത്തിൽ ചോദിച്ചു.

"എന്താടാ. നിനക്ക് വല്ല പെണ്ണിനേയും കാണാൻ കഴിഞ്ഞോ?"

"ഓ. കണ്ടാൽ തന്നെ നിന്നെപ്പോലെ ഒരു മൊണ്ണയെ ഏതുപെണ്ണാ കെട്ടാൻ വരുന്നത്?

ഹാൻസൽ അതൊന്നും വകവെയ്ക്കാതെ തികച്ചും സൗമൃതയോടെ പറഞ്ഞു.

"ഞാനും ഒരു വധുവിനെ കണ്ടിട്ടുണ്ട്. അവൾ എന്നെ വിവാഹം കഴിക്കാൻ തയ്യാറുമാണ്."

അടുത്തദിവസം പതിവുപോലെ അവരുടെ അച്ഛൻ അവരെ

  ജർമ്മൻ നാടോടിക്കഥകൾ

മൂന്നുപേരെയും തന്റെയടുക്കൽ വിളിച്ച് തലേദിവസത്തെ വിവരങ്ങൾ തിരക്കി. പിന്നീട് അവരോട് പറഞ്ഞു.

"നോക്കൂ മക്കളേ, ദാ നോക്ക്. അവിടെ ഇരിക്കുന്നത് മൂന്നുകെട്ട് പഞ്ഞിയാണ്. ഓരോരുത്തരും ഓരോ കെട്ട് എടുത്തുകൊണ്ടുപോയി അവരവരുടെ പ്രതിശ്രുതവധുവിന് കൊടുക്കണം. രണ്ടദിവസം കൊണ്ട് ഈ പഞ്ഞി ഉപയോഗിച്ച് ഏറ്റവും നല്ല വസ്ത്രം നെയ്തെടുക്കുന്ന വധുവിനെ കണ്ടെത്തിയ ആളിനായിരിക്കും സ്വത്തിന്റെ ഭാഗമായി ഈ വീട് ലഭിക്കുക."

"ശരി." അവർ മൂന്നുപേരും സമ്മതിച്ചു.

ഓരോരുത്തരും ഓരോകെട്ട് പഞ്ഞിയും എടുത്ത് യാത്ര തിരിച്ചു. ഹാൻസൽ പോയത് താൻ തവളയെ കണ്ടുമുട്ടിയ കുളക്കരയിലേക്ക് ആയിരുന്നു. തവള തലേദിവസത്തെപ്പോലെ അതേ കല്ലിൽതന്നെ ഇരിക്കുന്നുണ്ടായിരുന്നു.

"ഹാൻസൽ, നീ ഇന്ന് എങ്ങോട്ടാ യാത്ര?"

"നിന്നെ കാണാൻ തന്നെ."

"എന്നെയോ?"

"അതേ. നിന്നെത്തന്നെ. ഞാ. പഞ്ഞികൊണ്ട് നല്ലുണ്ടാക്കി വസ്ത്രം നെയ്യാൻ അറിയാമോ"

"അറിയാം. എന്താകാര്യം?"

ഹാൻസൽ എല്ലാ കാര്യങ്ങളും തവളയോട് പറഞ്ഞു.

"ഓ അങ്ങിനെയോ? എങ്കിൽ നീ ആ പഞ്ഞിക്കെട്ട് ഇവിടെ വെയ്ക്ക്. എന്നിട്ട് പോയ്ക്കോ. രണ്ടദിവസം കഴിഞ്ഞ് ഇവിടെവാ." അത്രയും പറഞ്ഞിട്ട് തവള കുളത്തിലേക്ക് ചാടി. ചാടുമ്പോൾ ആ പഞ്ഞിക്കെട്ടും വെള്ളത്തിലേക്ക് തട്ടിയിടാൻ തവള മറന്നില്ല. ഹാൻസൽ വീട്ടിലേക്ക് മടങ്ങി.

മൂന്നാം ദിവസം രാവിലെ ഹാൻസൽ വീണ്ടും കുളക്കരയിലേക്ക് തികഞ്ഞ ആകാംക്ഷയോടെ നടന്നു. പ്രതീക്ഷിച്ചതുപോലെ തവള അവിടെത്തന്നെ ഉണ്ടായിരുന്നു.

"ഹാ.ഹാ, എന്റെ വരൻ സമയത്തുതന്നെ വന്നല്ലൊ?

"അതെ. നീ ആ വസ്ത്രം നെയ്തോ?"

"നെയ്യാതെ പിന്നെ. നിനക്ക് കാണണ്ടെ?" തവള കുളത്തിലേക്ക് ചാടി. അല്പസമയത്തിനുള്ളിൽ ഒരു ചെറിയ പൊതിയുമായി മടങ്ങി യെത്തി. ആ പൊതി ഹാൻസലിന് നേരെ നീട്ടിക്കൊണ്ട് പറഞ്ഞു.

"നീ നോക്ക്. നിനക്കിഷ്ടപ്പെട്ടോന്ന് പറ"

വസ്ത്രം നിവർത്തി നോക്കിയിട്ട് ഹാൻസൽ പറഞ്ഞു.

"തീർച്ചയായും. കാണാൻ നല്ല ഭംഗിയുണ്ട്. ഞാനിത് ഉടനെ അച്ഛനേയും സഹോദരന്മാരെയും കാണിക്കണം." ഹാൻസൽ

ധൃതിയിൽ വസ്ത്രവുമെടുത്ത്, തവളയോട് ഞാൻ പോകുന്നു എന്നുമാ ത്രം പറഞ്ഞിട്ട് നടന്നു. വീട്ടിലെത്തി വസ്ത്രം എല്ലാവരെയും കാണിച്ചു. പക്ഷേ മൂത്തസഹോദരന്മാർ പറഞ്ഞു.

"അച്ഛാ. ഇവൻ കൊണ്ടവന്ന വസ്ത്രമാണ് നല്ലത്. സംശയമില്ല. പക്ഷേ ഇതിൽ എന്തോ കൃത്രിമം ഉണ്ട്. ഇവനെപ്പോലെ ഒരു മരമ ണ്ടന് ഇത്രയും നല്ല വസ്ത്രങ്ങൾ ഇന്നാനറിയാവുന്ന ഒരു വധുവിനെ കണ്ടെത്താൻ കഴിഞ്ഞു എന്ന് ഞങ്ങൾക്ക് വിശ്വസിക്കാൻ ബുദ്ധി മുട്ടുണ്ട്."

അച്ഛൻ അല്പം ആലോചിച്ചിട്ട് പറഞ്ഞു.

"നാളെ രാവിലെ എല്ലാവരും അവരവരുടെ പ്രതിശ്രുത വധുക്കളെ ഇവിടെ കൂട്ടിക്കൊണ്ട് വരണം. ആരുടെ വധുവാണോ കൂടുതൽ സുന്ദരി, ആ ആളിനായിരിക്കും വീട് കിട്ടുന്നത്."

ആ അഭിപ്രായത്തോട് മൂത്ത സഹോദരന്മാർ യോജിച്ചു. ഹാൻസലും വിരോധമൊന്നും പറഞ്ഞില്ല. അടുത്ത ദിവസം രാവി ലെതന്നെ മൂന്ന് സഹോദരന്മാരും അവരവരുടെ വധുവിനെ കൂട്ടി ക്കൊണ്ടുവരാൻ യാത്ര തിരിച്ചു. ഹാൻസൽ കുളക്കരയിൽ എത്തി. പതിവുപോലെ തവള അവിടെത്തന്നെ ഉണ്ടായിരുന്നു.

"സ്നേഹിതേ. നീ ഇവിടെത്തന്നെ ഉണ്ടല്ലോ നന്നായി. എന്റെ അച്ഛനും സഹോദരന്മാർക്കും നിന്നെ ഇന്നുതന്നെ കാണണമെന്ന് നിർബന്ധം. അതുകൊണ്ട് നിന്നെ എന്റെ വീട്ടിലേക്ക് ക്ഷണിക്കാനും കൂട്ടിക്കൊണ്ട് പോകാനുമാണ് ഞാൻ വന്നത്. നീ എന്റെ കൂടെ ഉടനെ തന്നെ വരണം" അല്പം നിർത്തിയിട്ട് തവള വീണ്ടും പറഞ്ഞു.

"പക്ഷേ, ഹാൻസൽ, അതിനുമുൻപ് അല്പം ജോലിയുണ്ട്. നീ എന്നോട് സഹകരിക്കണം. സഹകരിച്ചേ മതിയാകൂ."

"ശരി, സഹകരിക്കും. എന്താ വേണ്ടതെന്ന് വേഗം പറ."

നീ ഇവിടെ നിൽക്ക്. ഞാനടനേ വരാം."

അത്രയും പറഞ്ഞിട്ട് തവള കുളത്തിലേക്ക് ചാടി. അല്പസമയത്തി നുള്ളിൽ തവള ഒരു താക്കോൽ കൂട്ടവുമായി തിരകെ വന്നു. തവള അത് ഹാൻസലിന്റെ നേരെ നീട്ടിക്കൊണ്ട് പറഞ്ഞു.

"ഹാൻസൽ, നീ ഈ താക്കോൽ കൂട്ടം വാങ്ങിക്കൊ. എന്നിട്ട്, ദാ, അങ്ങോട്ട് നോക്ക്. അവിടെ വലിയ കൊട്ടാരം പോലെയുള്ള ഒരു വീട് കാണുന്നില്ലേ? നീ ആ വീട്ടിൽ പോകണം. ദാ നോക്ക്, ഈ താക്കോൽ മുന്നിലുള്ള മുറിയുടേതാണ്. ഇത് അടുത്ത മുറിയുടേത്; ഇത് കുതിരലായത്തിന്റേത്. എന്താ, മനസ്സിലായോ?"

"മനസ്സിലായി. പക്ഷേ ഞാനവിടെ എന്താ ചെയ്യേണ്ടതെന്ന് നീ പറഞ്ഞില്ലല്ലോ?"

"പറയാം. നീ ആ കൊട്ടാരത്തിൽ പോകണം. ആദ്യത്തെമുറിയിൽ

വസ്ത്രങ്ങളാണ്. നിനക്ക് ഇഷ്ടപ്പെട്ട വസ്ത്രമെടുത്ത് നീ ധരിക്കണം. രണ്ടാമത്തെ മുറിയിൽ കുതിരവണ്ടികളാണ്. നിനക്ക് ഇഷ്ടപ്പെട്ട ഒരു വണ്ടി തിരഞ്ഞെടുക്കണം. ലായത്തിൽ നിന്ന് ഒരു കുതിരയേയും. ഇതെല്ലാം ചെയ്ത് നീ കുതിരവണ്ടിയിൽ ഇവിടെ വരണം. പിന്നീട് ബാക്കിയുള്ള കാര്യങ്ങൾ."

ഹാൻസൽ തവള പറഞ്ഞതുപോലെ ആ കൊട്ടാരത്തിലേക്ക് പോയി. ആദ്യത്തെ മുറിയിൽ മൂന്നുജോഡി വസ്ത്രങ്ങൾ ഉണ്ടായിരുന്നു. ഒന്ന് നല്ല തിളങ്ങുന്ന ചുവപ്പുനിറത്തിൽ; ഒന്നാന്തരം വിലകൂടിയ പട്ടിൽ തുന്നിയത്. രണ്ടാമത്തേത് ആർഭാടമായ കസവു നൂൽ കൊണ്ട് തുന്നിയത്. മൂന്നാമത്തേത് തനിക്ക് ഇഷ്ടപ്പെട്ട ആർഭാടരഹിതമായ, താരതമ്യേന വിലകുറഞ്ഞ നല്ല വെളുത്ത പരുത്തി നൂലിൽ നെയ്തത്. ഹാൻസൽ മൂന്നാമത്തെ ജോഡി വസ്ത്രമാണ് തിരഞ്ഞെടുത്തത്. പിന്നീട് അടുത്ത മുറിയിൽ പ്രവേശിച്ച ഹാൻസൽ കണ്ടത് മൂന്ന് കുതിരവണ്ടികളാണ്. ആദ്യം നിന്നിരുന്നത് സ്വർണനിർമ്മിതമായ തെന്നപോലെ തിളങ്ങുന്ന ഒന്നായിരുന്നു. രണ്ടാമത്തേത് വെള്ളയിൽ തീർത്തതുപോലെ. മൂന്നാമത്തേത് മരവും സ്ഫടികവും ഉപയോഗിച്ച് നിർമ്മിച്ചത്. തന്റെ ആവശ്യത്തിന് മൂന്നാമത്തേതായിരിക്കും യോജിക്കുക എന്ന് ഹാൻസൽ കരുതി അത് തിരഞ്ഞെടുത്തു. ലായ ത്തിൽനിന്ന് ചാരനിറത്തിലുള്ള ഒരു കുതിരയേയും തിരഞ്ഞെടുത്തു. ഹാൻസൽ അങ്ങിനെ ആ കുതിരവണ്ടിയിൽ പുതിയ വസ്ത്രവും ധരിച്ച് കുളക്കരയിൽ മടങ്ങിയെത്തി. പക്ഷേ ആ തവളയെ അത് സാധാരണ ഇരിക്കാറുണ്ടായിരുന്ന പാറപ്പുറത്ത് കണ്ടില്ല. അപ്പോൾ അവിടെ തൊട്ടടുത്തായി നിന്നിരുന്ന അതീവ സുന്ദരിയായ ഒരു ചെറിപ്പക്കാരി ഹാൻസലിനോട് ചോദിച്ചു.

"ഹാൻസൽ, നീ ആരെയാണ് തിരയുന്നത്? നിന്റെ മുൻപിൽ നിൽക്കുന്ന എന്നെ നീ കണ്ടില്ലേ?"

"കണ്ടു. ഞാൻ കണ്ടു. പക്ഷേ ഞാൻ എന്റെ സ്നേഹിതയായ തവളയെ അന്വേഷിക്കുകയായിരുന്നു. അവൾ എന്നും ഇവിടെ ഈ കല്ലിലാണ് ഇരിക്കാറ്. കുറച്ച് മുമ്പും അവൾ ഇവിടെ ഉണ്ടായിരുന്നു."

"ഹാൻസൽ, നീ അന്വേഷിക്കുന്ന തവള ഞാൻ തന്നെയാണ്. സംശയിക്കേണ്ട. നീ ഇവിടെ എന്റെയടുത്ത് വാ."

ഹാൻസൽ അല്പം പരിഭ്രമത്തോടെ ആ സുന്ദരിയുടെ അടുത്തെ ത്തി. ആ സുന്ദരി അവനോട് പറഞ്ഞു.

"ഹാൻസൽ, ഞാൻ നിന്നോട് വളരെയധികം കടപ്പെട്ടിരിക്ക ന്നു. നീ വളരെ ഉചിതമായി ആർഭാടങ്ങൾക്കും ധനമോഹത്തിനും അടിമപ്പെട്ടുപോകാതെ, നിനക്ക് അനുയോജ്യമായ വസ്ത്രവും, കുതിര വണ്ടിയും മറ്റും തിരഞ്ഞെടുത്തിരിക്കുന്നു. അതുകൊണ്ടുതന്നെ ഞാൻ

അനുഭവിച്ചുകൊണ്ടിരുന്ന ഒരു ശാപത്തിൽ നിന്നും മോചിതയായിരി ക്കുന്നു. നീ മറിച്ചാണ് പ്രവർത്തിച്ചതെങ്കിൽ എനിക്ക് ഒരു കാലത്തും ശാപമോചനം കിട്ടുമായിരുന്നില്ല.”

അതെല്ലാം കേട്ട് അന്ധാളിച്ച് നിന്ന ഹാൻസലിനോട് ആ സുന്ദരി തുടർന്ന് പറഞ്ഞു.

“ഹാൻസൽ, ആ കാണുന്ന കൊട്ടാരം ഇന്നുമുതൽ നിനക്ക് സ്വന്തമാണ്. കൂടാതെ ഒരു വനമെന്ന് നിനക്ക് തോന്നിയ ഈ പ്രദേശം നീ ഒന്നുകൂടി നോക്കൂ; നീ നിന്റെ ചുറ്റിനും നോക്കൂ. ഇത് ഒരൊന്നാന്തരം പൂന്തോട്ടമാണ്. നിനക്ക് ഒരു ഭ്രമകാരണം മറിച്ച് തോന്നിയെന്നുമാത്രം. ഞാൻ കൂടെക്കൂടെ ചാടി മറയാറുണ്ടായിരുന്ന കുളം നോക്കൂ. അത് വിവിധതരം റോസ് ചെടികൾ പൂത്തുനിൽക്കു ന്ന ഒരു ഉദ്യാനമാണ്. ഇതെല്ലാം ഇന്നുമുതൽ നിനക്ക് സ്വന്തമാണ്. ഇവയെല്ലാം എന്റെ സമ്മാനമായി നിനക്ക് നൽകുകയാണ്. പക്ഷേ നീ ആഗ്രഹിച്ചതുപോലെ എനിക്ക് നിന്നെ വിവാഹം കഴിക്കാൻ കഴിയുകയില്ല. അതുകൊണ്ട് ഞാൻ നിന്നോട് വിട പറയുകയാണ്.”

ഒരു നിമിഷം. എന്താ നീ പറഞ്ഞത്? അങ്ങനെ ഉടനെ പോയാൽ ശരിയാകുകയില്ല. ഞാൻ എന്റെ അച്ഛനോട്ടും സഹോദരന്മാരോട്ടും നിന്നെ കൂട്ടിക്കൊണ്ട് ചെല്ലാമെന്ന് പറഞ്ഞിട്ടുണ്ട്. നീ എന്റെ കൂടെ ഉടനെ വരണം” ഹാൻസൽ തിട്ടക്കത്തിൽ പറഞ്ഞു.

“ശരി. അങ്ങിനെയാകട്ടെ” ആ സുന്ദരി പറഞ്ഞു. അവർ രണ്ടുപേരും കുതിരവണ്ടിയിൽ ഹാൻസലിന്റെ വീട്ടിൽ എത്തി. അവരെ കണ്ട ഹാൻസലിന്റെ അച്ഛനും സഹോദരന്മാരും അതിശയിച്ചുപോയി. ഹാൻസൽ പുതിയ വസ്ത്രങ്ങളണിഞ്ഞ് തികഞ്ഞ ഗാംഭീര്യത്തോടെ കുതിരവണ്ടിയിൽ വന്നിറങ്ങിയതും അവർ തീരെ പ്രതീക്ഷിച്ചിരു ന്നില്ല. മാത്രമല്ല. ഹാൻസലിന്റെ കൂടെയുണ്ടായിരുന്ന ചെറുപ്പക്കാരി തികച്ചും സുന്ദരിയായിരുന്നു എന്ന് സമ്മതിക്കാതിരിക്കാനും കഴിഞ്ഞില്ല. അവളാണ് മൂന്ന് വധുക്കളിലും വെച്ച് ഏറ്റവും കൂടുതൽ സുന്ദരിയെന്ന് അവർ സമ്മതിച്ചു. അപ്പോൾ ഹാൻസൽ അവരോട്ടും അച്ഛനോട്ടുമായി പറഞ്ഞു.

“അച്ഛാ. അച്ഛന്റെ ഈ വീടും മറ്റെല്ലാ സ്വത്തുക്കളും ജേഷ്ഠന്മാർ ക്ക് മാത്രമായി കൊടുത്തേക്കൂ. എനിക്ക് എന്റെ ഈ സ്നേഹിത ഒരു വലിയ വീടും മറ്റ് പല സൗഭാഗ്യങ്ങളും സമ്മാനമായി നൽകിയിട്ടുണ്ട്. എനിക്ക് അച്ഛന്റെ സ്നേഹവും അനുഗ്രഹവും മാത്രം മതി.” അത്രയും പറഞ്ഞിട്ട് ഹാൻസലും ആ സുന്ദരിയും അവരോടെല്ലാം യാത്ര ചോദിച്ച് അവരുടെ പതിവ് സംഗമസ്ഥലത്തേക്ക് മടങ്ങി. അവിടെ എത്തിയതും ഹാൻസലിന്റെ കൂട്ടുകാരി പറഞ്ഞു.

“ഹാൻസൽ, ഇനി എനിക്ക് പോകാൻ നേരമായി. നീ മറ്റൊരു

പെൺകുട്ടിയെ വിവാഹം കഴിക്കണം. നിനക്ക് എല്ലാ മംഗളങ്ങളും നേരുന്നു."

അത്രയും പറഞ്ഞ് ആ സുന്ദരി ഒരു വെള്ളപ്രാവിന്റെ രൂപം ധരിച്ച് ആകാശത്തിൽ വിദൂരതയിലേക്ക് പറന്നുപറന്ന് മറഞ്ഞുപോകുന്നതും നോക്കി ഹാൻസൽ വളരെ നേരം അവിടെത്തന്നെ നിന്നു.

കുറേ നാളുകൾക്കുശേഷം ഹാൻസൽ തന്റെ തോട്ടത്തിൽ ജോലി ചെയ്തിരുന്ന ഒരു സുന്ദരിയായ ചെറുപ്പക്കാരിയെ വിവാഹം കഴിച്ചുവെന്നും വളരെക്കാലം സന്തോഷത്തോടെ ജീവിച്ചു എന്നുമാണ് ഈ കഥയിൽ പറയുന്നത്.

ബെർച്ച് മരത്തിലെ ക്ലിങ്ങ് ക്ലാങ്ങ് ഇല

പണ്ട് പണ്ട് ജർമ്മനിയിൽ ജീവിച്ചിരുന്ന ഒരു രാജാവിന് മൂന്ന് പുത്രിമാർ ഉണ്ടായിരുന്നു. അദ്ദേഹത്തിന് എല്ലാ പുത്രിമാരെയും ഇഷ്ടമായിരുന്നു. എങ്കിലും ഇളയവളോട് ഒരു പ്രത്യേക ഇഷ്ടക്കൂടുതൽ ഉണ്ടായിരുന്നു എന്നതും സത്യമാണ്. അവൾ അദ്ദേഹത്തിന്റെ അഭി മാനമായിരുന്നു.

അന്നൊരു ദിവസം അദ്ദേഹം അടുത്തുള്ള പ്രധാന നഗരത്തി ലേക്ക് കുറേ സാധനങ്ങൾ വാങ്ങാനായി പുറപ്പെട്ടു. പോകുന്നതിന് മുൻപ് അദ്ദേഹം മൂന്ന് പുത്രിമാരെയും വിളിച്ച് അവർക്ക് ഏതെങ്കിലും പ്രത്യേക സാമഗ്രികൾ വാങ്ങിക്കൊണ്ട് വരണമോ എന്ന് അന്വേ ഷിച്ചു.

മൂത്തമകൾ അച്ഛനോട് പറഞ്ഞു. "എനിക്ക് സ്വർണത്തിൽ ചെയ്ത ഒരു നൂൽനൂൽപ് യന്ത്രം വാങ്ങണം, അച്ഛാ." രണ്ടാമത്തെ പുത്രിയുടെ ആവശ്യം മറ്റൊന്നായിരുന്നു "സ്വർണ നൂലുകൾ കൊണ്ട് നെയ്ത ഒരു ദുപ്പട്ട." അദ്ദേഹം അവ തീർച്ചായും വാങ്ങിക്കൊണ്ടുവരാം എന്ന് സമ്മതിച്ചു.

പക്ഷേ, അദ്ദേഹത്തിന്റെ ഇളയമകൾ മറുപടി ഒന്നും പറഞ്ഞില്ല. അദ്ദേഹം അവളോട് വീണ്ടും ചോദിച്ചു.

"നിനക്കൊന്നും വേണ്ടേ മോളോ?"

"എനിക്ക് അച്ഛൻ സന്തോഷത്തോടെ തിരികെവന്നാൽ മാത്രം മതിയച്ഛാ." അവൾ പറഞ്ഞു.

"അച്ഛന്റെ ഒരു സന്തോഷത്തിനുവേണ്ടി എന്തെങ്കില്യമൊന്ന് പറമോളേ." അദ്ദേഹം വീണ്ടും നിർബന്ധിച്ചു.

"എങ്കിൽ അച്ഛൻ എനിക്ക് ചിലതരം ബെർച്ച് മരങ്ങളിൽക്കാ ണുന്ന ഒരു 'ക്ലിങ്ങ് ക്ലാങ്ങ്' ഇല വാങ്ങിക്കൊണ്ടുവരൂ. അത് മതി."

"അങ്ങനെയാകട്ടെ മകളേ." അദ്ദേഹം യാത്ര തിരിച്ചു.

പട്ടണത്തിൽ തന്റെ തിരക്കിട്ട ജോലികളെല്ലാം തീർത്ത തിന് ശേഷം മക്കൾക്ക് വേണ്ട പാരിതോഷികങ്ങൾ വാങ്ങാൻ

ശ്രദ്ധപതിപ്പിച്ചു. ആദ്യത്തെ രണ്ടുമക്കൾക്കും വേണ്ട സാധനങ്ങൾ വിഷമം കൂടാതെ വാങ്ങാൻ കഴിഞ്ഞു. പക്ഷേ ഇളയവൾ ആവശ്യപ്പെട്ട ക്ലിങ്ങ് ക്ലാങ്ങ് ഇലമാത്രം ഒരു കടയില്ലും കിട്ടിയില്ല.

അത് എവിടെ കിട്ടുമെന്ന് പറയാൻ ആർക്കും കഴിഞ്ഞതുമില്ല. അത് അദ്ദേഹത്തിന് വളരെ സങ്കടം നൽകി. തന്റെ ഓമനമകളുടെ ആഗ്രഹം നിറവേറ്റാൻ കഴിയുന്നില്ലല്ലോ എന്ന ദുഃഖവുമായി അദ്ദേഹം മടക്കയാത്ര ആരംഭിച്ചു. വഴയിൽ ഒരു വനപ്രദേശത്തൂക്കൂടി യാത്രചെയ്യുമ്പോൾ അദ്ദേഹം ഒരു ബെർച്ച് മരത്തിന്റെ അടുത്ത് അല്പം വിശ്രമിക്കാനായി ഇരുന്നു. അദ്ദേഹം ഇരുന്നതിന് അല്പം ദൂരെയായി ഒരു പൂഡിൽനായ് കിടപ്പുണ്ടായിരുന്നു. പൂഡിൽ രാജാവിനോട് ചോദിച്ചു.

"എന്താ. അങ്ങേയ്ക്ക് എന്തു സംഭവിച്ചു? കണ്ടിട്ട് വളരെ ക്ഷീണിതനും ദുഃഖിതനും ആണെന്ന് തോന്നുന്നല്ലോ.?"

"അതെ ശരിയാണ്. ഞാൻ എന്റെ ഇളയമകൾ ആവശ്യപ്പെട്ട ഒരു സമ്മാനം വാങ്ങാൻ ചന്തയിലെല്ലാം തിരഞ്ഞു. പക്ഷേ കിട്ടിയില്ല."

"ഓ. അങ്ങിനെയൊ. എന്താണ് അങ്ങ് തേടിയ വസ്തു?"

"പ്രത്യേകിച്ചൊന്നുമല്ല. അവൾക്ക് വേണ്ടത് ഒരു ക്ലിങ്ങ്-ക്ലാങ്ങ് ഇലയാണ്."

"ദാ നോക്കൂ. ഈ നിൽക്കുന്ന ബെർച്ച് മരത്തിൽ അപൂർവ്വമായി ക്ലിങ്ങ്-ക്ലാങ്ങ് ഇലകൾ ഉണ്ടാകാറുണ്ട്. ഇപ്പോഴും ഇതിൽ ഒന്നുരണ്ട് അത്തരം ഇലകൾ ഉണ്ട്"

"എങ്കിൽ ഞാനതിൽനിന്നും ഒന്ന് പറിച്ചെടക്കട്ടെ. ആരുടേതാണ് ഈ മരം."

"ഈ മരം എന്റേതാണ്. എന്റെ അനുവാദമില്ലാതെ ആർക്കും ഇതിൽനിന്ന് ഇലകൾ പറിക്കാൻ കഴിയുകയില്ല. മാത്രമല്ല. ഞാൻ ഇതിന്റെ ഇലകൾ ചില പ്രത്യേക നിബന്ധനകളോടുകൂടി മാത്രമേ കൊടുക്കുകയുള്ളൂ."

"ദയവായി പറഞ്ഞാലും, ഞാൻ എന്ത് വിലയും കൊടുക്കാൻ തയ്യാറാണ്. ഏത് നിബന്ധനയും അംഗീകരിക്കാം."

"ധൃതിപ്പെടേണ്ട. അങ്ങ് എന്റെ നിബന്ധന കേട്ടതിനുശേഷം നല്ലതുപോലെ ആലോചിച്ച് ഉത്തരം പറഞ്ഞാൽ മതി."

"എങ്കിൽ താങ്കളുടെ നിബന്ധനകൾ കേൾക്കട്ടെ."

"ഞാൻ തരുന്ന ക്ലിങ്ങ് ക്ലാങ്ങ് ഇലയുമായി അങ്ങ് വീട്ടിലെത്തുമ്പോൾ ആരാണോ അങ്ങയെ ആദ്യം സ്വീകരിക്കുന്നത് ആ ആളിനെ കൃത്യം ഒരു വർഷത്തിന് ശേഷം എനിക്ക് പാരിതോഷികമായി നൽകണം. ഇതിൽ യാതൊരു മാറ്റവും ഉണ്ടാകാൻ പാടില്ല."

രാജാവ് കുറേ നേരം ആലോചിച്ചു.

'ആരാണ് തന്നെ സാധാരണയായി ആദ്യം സ്വീകരിക്കുക?

സാധാരണ വീടിന്റെ മുമ്പിൽതന്നെ കാണാറുള്ള വളർത്തുനായ ആണ്. ഈ പ്രാവശ്യവും അങ്ങനെതന്നെ ആയിരിക്കും?. അദ്ദേഹം ആലോചിച്ചതിന് ശേഷം പറഞ്ഞു.

"ഞാൻ വാക്കുതരുന്നു. താങ്കളുടെ ആവശ്യം ഞാൻ തീർച്ചയായും നിറവേറ്റാം. ഇനി എനിക്ക് ക്ലിങ്ങ് ക്ലാങ്ങ് ഇല തന്നാലും"

പ്ലഡിൽ വളരെ സന്തോഷത്തോടെ മരത്തിൽ ചാടിക്കയറി ഒരു പ്രത്യേക ആകൃതിയില്ലുള്ള ഇല പറിച്ചെടുത്തു. പിന്നീട് അത് രാജാവിന് നീട്ടിക്കൊണ്ട് പറഞ്ഞു.

"ഇത് വാങ്ങിക്കൊള്ളൂ. നിങ്ങളുടെ ഇളയ മകൾക്ക് സന്തോഷമാ കും. സംശയിക്കേണ്ട. പക്ഷേ എനിക്ക് തന്ന വാഗ്ദാനം കൃത്യം ഒരു വർഷം കഴിയുമ്പോൾ പാലിച്ചിരിക്കണം. വീട്ടുവീഴ്ചകൾക്കൊന്നും ഞാൻ തയ്യാറാവില്ല."

"ശരി. ഞാൻ പാലിച്ചിരിക്കും. എന്നാൽ പോകട്ടെ."

രാജാവ് തന്റെ കുതിരപ്പുറത്ത് വേഗംതന്നെ യാത്രതിരിച്ചു. 'ഹാവൂ, ഏതായാലും ഇളയമകൾ ആഗ്രഹിച്ച പാരിതോഷികം കിട്ടിയല്ലൊ.' അദ്ദേഹം സന്തോഷത്തോടെ ചിന്തിച്ചു.

അദ്ദേഹം വീട്ടിലെത്തിയപ്പോൾ സംഭവിച്ചത് താൻ വിചാരിച്ചി രുന്നതുപോലെ ആയിരുന്നില്ല. സാധാരണ അദ്ദേഹത്തെ വരവേൽ ക്കാറുണ്ടായിരുന്ന വളർത്തുനായ വീടിന്റെ പുറകിൽ എവിടെയോ ആയിരുന്നു. അച്ഛൻ തിരിച്ചെത്തിയ സന്തോഷത്തിൽ മുന്നിൽ ചാടി വീണ് അദ്ദേഹത്തെ സ്വീകരിച്ചത് മറ്റാരുമായിരുന്നില്ല, ഇളയമകൾ തന്നെയായിരുന്നു.

അത് അദ്ദേഹം തീരെ പ്രതീക്ഷിച്ചിരുന്നില്ല. തന്നിമിത്തം അദ്ദേഹത്തിന് സന്തോഷത്തിന് പകരം സങ്കടവും കോപവുമാണ് ഉണ്ടായത്. പതിവിന് വിരുദ്ധമായി അദ്ദേഹം തന്റെ ഓമനമകളെ ഒരു കൈകൊണ്ട് തള്ളിമാറ്റിക്കൊണ്ട് ദേഷ്യത്തോടെ പറഞ്ഞു.

"എന്നെ ശല്യപ്പെടുത്താതെ പോ ഇവിടുന്ന്"

അവൾ കരഞ്ഞുകൊണ്ട് വീട്ടിനുള്ളിലേക്ക് ഓടിപ്പോയി. അമ്മയുടെ അടുത്തുചെന്ന് കരയാൻ തുടങ്ങി. വിവരങ്ങൾ ചോദിച്ചറി ഞ്ഞ അമ്മയ്ക്കും അദ്ദേഹം എന്തുകൊണ്ട് അങ്ങിനെ പെരുമാറി എന്ന് മനസ്സിലായില്ല. അതിനിടയിൽ അദ്ദേഹം ആ മുറിക്കുള്ളിലേക്ക് വന്നു.

അദ്ദേഹം തന്റെ മൂന്നുമക്കൾക്കും അവരവർക്ക് ഇഷ്ടപ്പെട്ട സമ്മാ നങ്ങൾ നൽകി. എങ്കിലും അദ്ദേഹം അസ്വസ്ഥനും ദുഃഖിതനും ആയിരുന്നു. രാജ്ഞി അദ്ദേഹത്തോട് ദുഃഖ കാരണം ചോദിച്ചറിയാൻ ശ്രമിച്ചുവെങ്കിലും അദ്ദേഹം ഒന്നും വ്യക്തമായി പറഞ്ഞില്ല.

അങ്ങനെ ഒരു വർഷം കഴിയാറായി. അദ്ദേഹം കൂടുതൽ കൂടുതൽ

ക്ഷീണിതനം ദുഃഖിതനമായി മാറിക്കൊണ്ടിരുന്നു. അങ്ങനെയിരിക്ക
മ്പോൾ ഒരു ദിവസം രാജാവ് ഭാര്യയോട് വിവരങ്ങളെല്ലാം പറഞ്ഞു.
കാര്യങ്ങൾ കേട്ട രാജ്ഞിയും ആദ്യം അല്പം പരിഭ്രമിച്ചെങ്കില്യം കുറച്ച്
ആലോചിച്ചതിന ശേഷം പറഞ്ഞു.

"ഇത്രയേ ഉള്ളോ കാര്യം? ഇത് നമുക്ക് നിഷ്പ്രയാസം കൈകാര്യം
ചെയ്യാം. അങ്ങ് ധൈര്യമായി ഇരുന്നാട്ടെ."

"എങ്ങനെ കൈകാര്യം ചെയ്യും?"

"ആ മണ്ടൻ പൂഡിലിന് നമ്മുടെ മകൾ ഏതാണെന്ന് അറിയത്തി
ല്ലല്ലൊ. അതുകൊണ്ട് അത് ഇവിടെ വരുമ്പോൾ നമ്മുടെ കീരിയുടെ
മകളെ നല്ലവേഷങ്ങളെല്ലാം അണിയിച്ച് നമ്മുടെ മകൾക്കുപകരം
നൽകാം. ഞാനെല്ലാം നോക്കിക്കൊള്ളാം."

അങ്ങനെ ആ ദിവസം വന്നുചേർന്നു; കൃത്യം ഒരു വർഷം തികഞ്ഞ
ദിവസം. രാജ്ഞി കീരിമകളോട് എല്ലാകാര്യങ്ങളും പറഞ്ഞ് മനസ്സി
ലാക്കി; പൂഡിലിന്റെ ചോദ്യങ്ങൾക്ക് എങ്ങിനെ മറുപടി പറയണമെ
ന്നം മറ്റും; അതുപോലെ അവളെ നല്ല വസ്തുക്കളും ആഭരണങ്ങളുമെല്ലാം
അണിയിച്ച് ഒരു രാജകുമാരിയെപ്പോലെ ഒരുക്കി നിർത്തി. രാജ്ഞി
സ്വഗതമെന്നോണം പറഞ്ഞു.

'നമ്മുടെ സമാധാനത്തിന് എല്ലാം ചെയ്തു. എന്നാല്യം എനിക്ക്
തീർച്ചയാ, ആ മണ്ടൻ പൂഡിൽ ഇന്ന് വരത്തില്ലെന്ന്. കൃത്യം ഒരു
വർഷം കഴിയുമ്പോൾ അവൻ വരും പോല്യം! അതിന് അവന്
ഒരു വർഷത്തിൽ എത്ര ദിവസങ്ങൾ ഉണ്ടെന്ന് അറിയാമോ?
അറിയാമെങ്കിൽ തന്നെ അവന് എണ്ണാനറിയാമോ? നമുക്കുതന്നെ
അത്രയും കൃത്യമായി എണ്ണാൻ വിഷമമമാണ്. പിന്നെയല്ലേ ആ മണ്ടൻ
നായക്ക്?'

പക്ഷേ അല്പസമയം കഴിഞ്ഞപ്പോൾ അവരുടെ വാതിൽക്കൽ
ആരോ മാന്തുന്നതുപോലെ ഒരു ശബ്ദം കേട്ട് രാജാവ് കതക് തുറന്നു
നോക്കിയപ്പോൾ ആ പൂഡിൽ ശരിക്കും മുന്നിൽ!

രാജാവും രാജ്ഞിയും മാന്യമായിത്തന്നെ പൂഡിലിനെ സ്വീകരിച്ചു.
അണിഞ്ഞൊരുങ്ങി നിന്നിരുന്ന കീരിമകളെ അവർ പൂഡിലിന്റെ
മുൻപിൽ കൊണ്ടുവന്നു. അവൻ തന്റെ വാല് ആട്ടുകയും അവളുടെ
നേരെ മുൻകാലുകളയർത്തി അഭിവാദ്യം ചെയ്യുകയും ചെയ്തു. പിന്നീട്
അവൻ തറയിൽ തന്റെ വാല് നീട്ടിയിട്ട് കിടന്നുകൊണ്ട് പറഞ്ഞു.

"ഹേ. സുന്ദരിപ്പെണ്ണേ, നീ എന്റെ വാലിൽ ഇരിക്ക്. ഞാൻ
നിന്നെയും കൊണ്ട് ദൂരെ ദൂരെ എന്റെ വീട്ടിലേക്ക് പോകും. എന്താ
നിനക്ക് സമ്മതമല്ലേ?"

കീരിപ്പെണ്ണ് പൂഡിൽ നിർദ്ദേശിച്ചതുപോലെ അതിന്റെ വാലിൽ
ഇരുന്നു. പൂഡിൽ ഉയർന്ന് കതകിൽക്കൂടി പുറത്തേക്കും പിന്നീട്

ഇരുസ്സായ കുറ്റിക്കാട്ടുകൾ നിറഞ്ഞ ഏതോ ഒരു പ്രദേശത്തിന് മുക ളിൽക്കൂടിയും ദൂരെ, വളരെദൂരെ എവിടേക്കോ പോയി. അവസാനം ഒരു ബെർച്ച് മരത്തിന്റെ നിഴലിൽ എത്തി. പൂഡിൽ പറഞ്ഞു.

"നല്ല വെയില്. നമുക്ക് കുറച്ച നേരം ഈ മരത്തിന്റെ തണലിൽ വിശ്രമിക്കാം."

ആ പ്രദേശത്ത് ധാരാളം കീരിപ്പൂക്കൾ(ഡെയിസി ചെടികളുടെ സൂര്യകാന്തിപ്പൂക്കൾ പോലെയുള്ള പൂക്കൾ-ജർമ്മൻ ഭാഷയിൽ Goode Flower എന്നും പറയും) ഉണ്ടായിരുന്നു. ആ പൂക്കൾ കണ്ട് കീരിപ്പെണ്ണ് സന്തോഷത്തോടെ പറഞ്ഞു.

"ഹായ്. എന്തുനല്ല പൂക്കൾ. എന്റെ അച്ഛൻ ഇത് കണ്ടിരുന്നെങ്കിൽ എത്ര സന്തോഷിക്കുമായിരുന്നു. അദ്ദേഹത്തിന് ഈ കീരിപ്പൂക്കൾ വലിയ ഇഷ്ടമാ."

അതുകേട്ട പൂഡിൽ എഴുന്നേറ്റ് നിന്നുകൊണ്ട് ചോദിച്ചു.

"എന്താണ് നീ പറഞ്ഞത്? ഒരിക്കൽ കൂടി പറ. നീ വാസ്തവത്തിൽ ആരാണ്?"

അവൾ രാജ്ഞി പറഞ്ഞ് പഠിപ്പിച്ചിരുന്നതുപോലെ പറയണമെ ന്ന് ആഗ്രഹിച്ചുവെങ്കിലും കള്ളം പറയാൻ കഴിഞ്ഞില്ല. ആ ബർച്ച് മരത്തിന് അങ്ങനെ ഒരു പ്രത്യേക ശക്തി ഉണ്ടായിരുന്നു. അതിന്റെ തണലിൽ നിന്നുകൊണ്ട് ആർക്കും കള്ളം പറയാൻ സാധിക്കുമാ യിരുന്നില്ല.

"ഞാൻ...... ഞാൻ..... ഞാനൊരു കീരിപ്പെണ്ണാണ്."

"അതേ. നീയല്ല എനിക്ക് വേണ്ട പെണ്ണ്. നിന്നെക്കൊണ്ട് എനിക്ക് ഒരു പ്രയോജനവും ഇല്ല. ഇതാ നീ എന്റെ വാലിന്മേൽ ഉടനേ ഇരിക്ക്."

പൂഡിൽ വാല്യനീട്ടി നിലത്ത് കിടന്നു. കീരിപ്പെണ്ണ് വാലിൽ ഇരുന്ന ഉടനേ പൂഡിൽ വന്നതുപോലെ തിരികെ യാത്രയായി. നിമിഷങ്ങൾക്കുള്ളിൽ അവർ ആ രാജാവിന്റെ കൊട്ടാരവാതുക്കൽ എത്തി.

പൂഡിൽ തിരികെ വരുന്നത് ദൂരെനിന്നു തന്നെ കണ്ട രാജ്ഞി കാര്യങ്ങൾ ഊഹിച്ചു. അവർ ധൃതിയിൽ ചെല്ലുകെട്ടുകാരന്റെ മകളെ കാര്യങ്ങൾ പറഞ്ഞ് മനസ്സിലാക്കുകയും അണിഞ്ഞൊരുക്കി നിർ ത്തുകയും ചെയ്തു.

"ക്ഷമിക്കണം. ദാ നോക്കൂ. ഇവളാണ് സത്യമായും നിങ്ങൾക്ക് അവകാശപ്പെട്ട പെണ്ണ്."

പിന്നെയെല്ലാം മുമ്പിലത്തെപ്പോലെ തന്നെ നടന്നു. ബെർച്ച് മരത്തിന്റെ നിഴലിൽ വിശ്രമിച്ചുകൊണ്ടിരുന്നപ്പോൾ ആ പെൺകു ട്ടിയും ചുറ്റിനും സമൃദ്ധിയായി വളർന്ന് നിന്നിരുന്ന പന്നൽചെടികൾ

കണ്ടിട്ട് പറഞ്ഞു.

"എന്റെ അച്ഛന് ഈ സ്ഥലത്ത് വരാൻ കഴിഞ്ഞിരുന്നെങ്കിൽ എത്ര സന്തോഷമാകുമായിരുന്നിരിക്കും. ഈ പന്നൽചെടികളുടെ ഇലകൾ കൊണ്ട് അദ്ദേഹം ഒന്നാന്തരം ചൂലുകൾ ഉണ്ടാക്കുമായിരുന്നു."

അതുകേട്ട പൂഡിൽ ചാടിയെഴുന്നേറ്റു.

"ഊ. പറ. സത്യം പറയ്. നീ ആരാണ്?"

എല്ലാം പഴയതുപോലെ തന്നെ നടന്നു. രാജ്ഞി പറഞ്ഞുപഠിപ്പി ച്ചതുപോലെ പറയാൻ ശ്രമിച്ചുവെങ്കിലും അവൾക്കും കള്ളം പറയാൻ കഴിഞ്ഞില്ല.

"ഞാൻ...... ഞാൻ ചൂലുകെട്ടുകാരന്റെ മകളാണ്."

"ശരി. നിന്നെക്കൊണ്ട് എനിക്ക് ഒരു പ്രയോജനവും ഇല്ല. എന്റെ വാലിൽ കയറിയിരിക്ക്."

അല്പ സമയത്തിനുള്ളിൽ പൂഡിൽ വീണ്ടും രാജാവിന്റെ കൊട്ടാര വാതിൽക്കൽ എത്തി. പൂഡിലിന്റെ ആ തിരിച്ചുവരവ് ദൂരെനിന്നുതന്നെ കണ്ട രാജാവും രാജ്ഞിയും തികച്ചും ആകുലരായി. അവരും കൊട്ടാര ത്തിലുള്ള മറ്റ് സിൽബന്ധികളും വളരെയധികം ദുഃഖിതരായി. പക്ഷേ എന്തുചെയ്യാം പറഞ്ഞ വാക്ക് പാലിച്ചല്ലേ മതിയാകൂ. പൂഡിൽ നേരെ വീട്ടിനുള്ളിലേക്ക് കയറിച്ചെന്ന് ഉറക്കെ പറഞ്ഞു.

"നിങ്ങൾ വീണ്ടും എന്നെ കബളിപ്പിച്ചിരിക്കുന്നു. ഇനിയും എന്നെ കബളിപ്പിക്കാൻ ശ്രമിച്ചാൽ നിങ്ങൾ വളരെയധികം ദുഃഖിക്കേണ്ടി വരും."

രാജാവും രാജ്ഞിയും മറ്റ് പോംവഴി ഒന്നും ഇല്ലാതിരുന്നതുകൊ ണ്ട് വളരെ സങ്കടത്തോടെ അവരുടെ ഇളയ പുത്രിയെ പൂഡിനുമുമ്പിൽ ഹാജരാക്കി. ശുദ്ധ വെള്ള വസ്ത്രങ്ങൾ അണിഞ്ഞു തന്റെ മുമ്പിൽ വന്നു നിന്ന ആ പെൺകുട്ടിയെ കണ്ടപ്പോൾ കറുത്ത കാർമേഘങ്ങൾക്ക് പിറകിൽ നിന്ന് മുൻപിലേക്ക വന്ന പൂർണ്ണചന്ദ്രനെയാണ് എല്ലാവർ ക്കും ഓർക്കാൻ തോന്നിയത്. ആ സുന്ദരിക്കുട്ടിയെ കണ്ട പൂഡിലിന്റെ ദേഷ്യം തണുത്തു.

"ശരി. അപ്പോൾ ഇതാണ് എനിക്ക് ന്യായമായി അവകാശപ്പെട്ട സമ്മാനം. അല്ലേ?"

പൂഡിൽ ആ സുന്ദരിക്കുട്ടിയോട് പ്രത്യേകം പറഞ്ഞു.

"വരൂ. ഇവിടെ എന്റെ വാലിൽ ഇരുന്നകൊള്ളുക. ഞാൻ നിനക്ക് യാതൊരുവിധ ബുദ്ധിമുട്ടും തോന്നാത്തവിധം ഭദ്രമായി കൊണ്ടുപോകാം. ഒട്ടും ഭയപ്പെടേണ്ട. നിനക്ക് എല്ലാ സൗകര്യങ്ങളും ഞാൻ ചെയ്തുതരാം."

രാജകുമാരി പൂഡിലിന്റെ വാലിൽ ഇരുന്നു. പൂഡിൽ പഴയതു പോലെ യാത്ര തിരിച്ചുവെങ്കിലും ബെർച്ച് മരത്തിന്റെ അടിയിലൊ

മറ്റെവിടെയെങ്കിലുമോ വിശ്രമിക്കാൻ കൂട്ടാക്കിയില്ല. നേരെ പോയത് വൃക്ഷനിബിഡമായ ഒരു വനത്തിന് നടുവിൽ ഉണ്ടായിരുന്ന ഒരു ചെറിയ വീട്ടിലേക്കാണ്. ആ വീട്ടിൽ ചെന്നതും, യാത്രയ്ക്കിടയിൽ ഉറങ്ങിപ്പോയ രാജകുമാരിയെ അവിടെ ഉണ്ടായിരുന്ന ഒരു കിടക്കയിൽ ഭദ്രമായി കിടത്തി. പുറത്തിൽ കതകടച്ചിട്ട് അടുത്തു തന്നെ ഉണ്ടായിരുന്ന സ്വന്തം പട്ടിക്കൂട്ടിൽ കിടന്നു. ആ വീടിനും രാജകുമാരിക്കും ഒരു കാവൽ നായ എന്ന മട്ടിലായിരുന്ന അവന്റെ കിടപ്പ്.

അടുത്ത ദിവസം രാവിലെ എഴുന്നേറ്റപ്പോൾ താൻ തനിച്ചാണെ ന്നും അവിടെ മറ്റാരും ഇല്ലെന്നും രാജകുമാരിക്ക് മനസ്സിലായി. അവൾ വളരെയധികം സങ്കടപ്പെട്ടു. കരഞ്ഞു. അവിടെനിന്നും രക്ഷപെടാൻ ശ്രമിച്ചപ്പോൾ അവൾക്ക് ഒരു കാര്യം മനസ്സിലായി. ആ വീട് ഏതോ മാന്ത്രിക ശക്തിയുടെ കീഴിലാണെന്നും മുറിക്കകത്തേക്ക് വരാമെന്ന ല്ലാതെ അതിൽനിന്ന് ആർക്കും വെളിയിൽ പോകാൻ കഴിയുകയി ല്ലെന്നുമുള്ള തിരിച്ചറിവ് അവളെ നിരാശയാക്കി. അവൾ ഉച്ചത്തിൽ നിലവിളിച്ചുകൊണ്ട് പറഞ്ഞു.

"ആരെങ്കിലും എന്നെ ഇവിടെനിന്നും ഒന്നു രക്ഷിക്കണേ. ആരാ യിരുന്നാലും വേണ്ടില്ല, എന്നെ രക്ഷിക്കുന്ന ആളിന് ഞാനെല്ലാ സൗകര്യങ്ങളും ചെയ്തുകൊടുക്കും. എന്നെ രക്ഷിക്കുന്ന ആളിനെ ഞാൻ സ്നേഹത്തോടെ പരിചരിക്കും. ഇനി ഒരു വൃത്തികെട്ട ഭിക്ഷ ക്കാരിയാണെങ്കിൽ പോലും ഞാനവരെ സ്നേഹിക്കും; കെട്ടിപ്പിടിച്ച് ഉമ്മവെയ്ക്കും. തീർച്ച"

അവളങ്ങനെ പറഞ്ഞുനിർത്തിയ ഉടനെ തികച്ചും അതിശയമെ ന്ന് പറയട്ടെ ഒരു പ്രതിശബ്ദം കേട്ടു.

"നീ പറഞ്ഞത് സത്യമാണോ?" അതിശയത്തോടെ അവൾ വീണ്ടും പറഞ്ഞു.

"അതെ. ഞാൻ പറഞ്ഞത് സത്യം" പെട്ടെന്ന് അവളുടെ മുമ്പിൽ തികച്ചും വിരൂപിയായ ചുക്കിച്ചുളങ്ങിയ വൃത്തികെട്ട കീറിയ വസ്തു ങ്ങൾ ധരിച്ച ഒരു കിളവി പ്രത്യക്ഷപ്പെട്ടു.

"നീ ഒരു ഭിക്ഷക്കാരിയെയല്ലേ മനസ്സിൽ വിചാരിച്ചത്. ഇതാ ഞാൻ ഇവിടെ എത്തിയിരിക്കുന്നു. ഞാൻ നിന്നെ രക്ഷിക്കാം. പക്ഷേ ഞാൻ പറയുന്നതെല്ലാം ശ്രദ്ധിച്ചുകേട്ട് എല്ലാം അതുപോലെ കൃത്യമായി ചെയ്യണം. അതുപോലെ നീ രക്ഷപ്പെട്ടുകഴിഞ്ഞാൽ പറഞ്ഞതുപോലെ പ്രവർത്തിക്കുകയും വേണം. എന്താ സമ്മത മാണോ?"

"ശരി. ഞാൻ നിങ്ങൾക്ക് വാക്ക് തരുന്നു. എല്ലാം നിങ്ങൾ പറഞ്ഞതുപോലെ ചെയ്യാം. എന്നെ എങ്ങനെയെങ്കിലും രക്ഷിക്കൂ."

"ഞാൻ പറയുന്നത് ശ്രദ്ധിച്ച് കേൾക്കുക. ഈ വീടും പരിസരവും

ഒരു മാന്ത്രിക ശക്തിയുടെ അധീനത്തിലാണ്. ചുറ്റിനും നീകാണുന്ന വനപ്രദേശം വാസ്തവത്തിൽ ഒരു നഗരമാണ്. നീ ഇപ്പോൾ താമ സിക്കുന്ന ഈ ചെറിയ വീട് ഒരു വലിയ കൊട്ടാരമാണ്. പൂഡിൽ ഉൾപ്പെടെ നീ കാണുന്ന എല്ലാ ജന്തുക്കളും മനുഷ്യരാണ്; പൂഡിൽ ഒരു സുന്ദരനായ രാജകുമാരനും നീ വാസ്തവത്തിൽ ഒരു രാജകുമാരി യാണെങ്കിൽ, നിന്റെ മനസ്സിൽ സ്നേഹവും, ദീനാനുകമ്പയും, ബുദ്ധി പൂർവ്വം പ്രവർത്തിക്കാനുള്ള സാമർത്ഥ്യവും ഉണ്ടെങ്കിൽ നിനക്ക് ഈ സ്ഥലത്തേയും, ഇവിടെയുള്ള എല്ലാവരെയും ഈ മാന്ത്രിക ശക്തിയിൽനിന്ന് മോചിപ്പിക്കാൻ കഴിയും.

എന്താ. നീ ശ്രദ്ധിക്കുന്നുണ്ടോ?"

"ഉണ്ട്. ഞാനെല്ലാം വേണ്ടതുപോലെ ചെയ്യാം."

"അങ്ങനെ ചെയ്താൽ നിനക്കും നല്ല ഒരു ഭാവി ഉണ്ടാകും."

പൂഡിൽ എന്നും രാവിലെ ഇവിടെനിന്നും പോകും. രാത്രിയിൽ തിരിച്ചുവരും. തിരിച്ചുവരുമ്പോൾ അവൻ നിന്റെ മുറിയുടെ വാതിലിൽ തട്ടുകയും മാന്തുകയും ചെയ്യും. കൂടാതെ അർദ്ധരാത്രി സമയത്ത് അവൻ അവന്റെ പട്ടിത്തോൽ വലിച്ചെറിഞ്ഞ് ഒരു യഥാർത്ഥ മനുഷ്യനാ കും. അവൻ ആ തോൽ നേരം വെളുക്കുന്നതുവരെ ഈ വാതിലിന്റെ മുമ്പിൽതന്നെ ഇട്ടിരിക്കും. ആ സമയത്തെല്ലാം അവൻ വാതിലിൽ തട്ടി കതക് തുറക്കാൻ ആവശ്യപ്പെടും; അഭ്യർത്ഥിക്കും; യാചിച്ചെന്നും വരാം. പക്ഷേ യാതൊരു കാരണവശാലും നീ വാതിൽ തുറക്കാൻ പാടില്ല. ഇന്ന് മാത്രമല്ല; നാളെയും, മറ്റന്നാളും. മനസ്സിലായല്ലോ. മുറിയുടെ കതക് എന്നും അകത്തുനിന്ന് ബന്ധിക്കാൻ മറക്കരുത്."

"ഇല്ല. എല്ലാം ഞാൻ ഓർമ്മ വെച്ചുകൊള്ളാം."

"നല്ലത്. മറ്റന്നാൾ രാത്രി അവർ കുറെക്കൂടുതൽ പരാക്രമങ്ങൾ കാണിക്കും. നീണ്ടനേരം അഭ്യർത്ഥനകൾ നടത്തും. പിന്നീട് ക്ഷീണി തനായി കിടന്നുറങ്ങും. ആ സമയം നോക്കി നീ ശബ്ദമുണ്ടാക്കാതെ കതക് തുറന്ന് അവന്റെ പട്ടിത്തോൽ മറ്റെവിടെയെങ്കിലും ഇട്ട് തീ കത്തിക്കണം. പിന്നീട് സാവധാനം നിന്റെ മുറിയിൽ കയറി കതക ടച്ച് കുറ്റിയിടണം. നേരം വെളുക്കാറാകുമ്പോൾ അവൻ ഉണർന്ന് വീണ്ടും നിന്റെ കതകിൽ തട്ടുകയും മാന്തുകയും ആക്രോശത്തോടെ നിന്നെ വിളിക്കുകയും ചെയ്യും. അപ്പോൾ എന്താ ചെയ്യേണ്ടതെന്ന് നിനക്കറിയാമല്ലോ"

"അറിയാം. ഞാൻ കതക് തുറക്കാൻ പാടില്ല. അങ്ങനെയല്ലേ?"

"അതെ. അങ്ങനെ തന്നെ. യാതൊരു കാരണം കൊണ്ടും കതക് തുറക്കരുത്. കതക് തുറന്നാൽ നിന്റെ ജീവൻ തന്നെ അപകടത്തി ലായെന്ന് വരാം."

അല്പം നിർത്തിയിട്ട് ആ സ്ത്രീ വീണ്ടും തുടർന്നു.

"പിന്നീട് നടക്കാൻ പോകുന്നതൊന്നും ഞാൻ പറയേണ്ട ആവശ്യമില്ല. പക്ഷേ ഒന്നുമാത്രം. നിന്റെ വിവാഹദിവസം വിവാഹ സദ്യ ഇടങ്ങുന്നതിന് മുമ്പ് ഞാനിപ്പോൾ പറയുന്നതുപോലെ നീ മൂന്നുപ്രാവശ്യം പറയണം. മറക്കരുത്.

പഴയനാക്ക്

പഴയകരൾ

മറന്നുപോകാതിരിക്കാൻ രണ്ടുമൂന്നുപ്രാവശ്യം പറഞ്ഞ് പരിശീ ലിച്ചുകൊള്ളുക. പക്ഷേ പിന്നീട് വിവാഹദിവസം, വിവാഹസദ്യ ഇടങ്ങുന്നതിന് മുമ്പു മാത്രമേ പറയാവൂ."

നിർത്തിയിട്ട് വീണ്ടും അവർ പറഞ്ഞു.

"ഞാനിപ്പോൾ പോകുന്നു. നിന്റെ വിവാഹദിവസം നമുക്ക് വീണ്ടും കാണാം. നല്ലത് വരട്ടെ" അത്രയും പറഞ്ഞ് ആ സ്ത്രീ അപ്രത്യക്ഷ യായി.

രാജകുമാരി അവർ പറഞ്ഞതുപോലെ എല്ലാം കൃത്യമായി ചെയ്തു. അവൾ തീയിട്ട പട്ടിത്തോൽ എരിഞ്ഞ് തീർന്നപ്പോൾ ഇടിമുഴക്കം പോലെ ഒരു ശബ്ദം കേട്ടു. പിന്നീട് സംഭവിച്ചതെല്ലാം ഒരതിശയമായി രുന്നു. അവൾ നിന്നിരുന്ന ചെറിയ മുറി ഒരു വലിയ കൊട്ടാരത്തിലെ വിസ്താരമുള്ള ഒരു വലിയ സ്വീകരണമുറിയായി മാറി; പരവതാനിക ളും, ഭിത്തിയിൽ തൂക്കിയിരുന്ന ചിത്രങ്ങളും മറ്റും കൊണ്ട് അലങ്കരിച്ച ഒരു മുറി. അവളുടെ അല്പം മുമ്പിൽ അവളെയും നോക്കിനിൽക്കുന്ന സുന്ദരനായ ഒരു രാജകുമാരൻ. ആ മുറിയിൽ പരിചാരകരായി ഒരു ഡസൻ ആളുകൾ. മുറിയിൽ നിന്ന് വെളിയിലേക്ക് നോക്കിയാൽ സുന്ദരമായ ഒരു നഗരം. എല്ലാം ഒരു സ്വപ്നം പോലെയാണ് അവൾക്ക് തോന്നിയത്.

ആ രാജകുമാരൻ അവളോട് തനിക്ക് കിട്ടിയ ഒരു ശാപത്തെക്ക റിച്ചും ആ ശാപത്തിൽ നിന്ന് ഇപ്പോൾ അവളുടെ സഹായത്തോടെ മുക്തനായതിനേക്കുറിച്ചും വിശദമായി പറഞ്ഞു.

"ഹേ. സുന്ദരിയും സൽസ്വഭാവിയുമായ രാജകുമാരി, നിനക്ക് എന്റെ പതിയാകാൻ സമ്മതമാണോ?" രാജകുമാരൻ അവളോട് ചോദിച്ചു.

സമ്മതം മൂളിക്കൊണ്ട് അവൾ തല കുനിച്ചു.

അടുത്ത ഒരു ദിവസം വിവാഹത്തിന് വേണ്ട ഏർപ്പാടുകൾ സജ്ജമായി. രാജകുമാരന്റെയും കുമാരിയുടെയും മാതാപിതാക്കൾ ഉൾപ്പെടെ എല്ലാ ബന്ധുക്കളും വിവാഹച്ചടങ്ങിന് സന്നിഹിതരായിരു ന്നു. വിവാഹസദ്യയുടെ സമയത്ത് അവൾ താൻ ഇരുന്നതിനടുത്തായി ഒരു കസേര പ്രത്യേകം കരുതിയിരുന്നു. സദ്യ ആരംഭിക്കുന്നതിന് മുൻപായി അവൾ എല്ലാവരും കേൾക്കെ ഒരു പ്രാർത്ഥനയെന്നോണം

മൂന്നപ്രാവശ്യം ഉറക്കെ പറഞ്ഞു.

"പഴയ നാക്ക്

പഴയ കരൾ"

അവൾ പ്രത്യേകം കരുതിയിരുന്ന ആ നാൽക്കാലിയിൽ ഉപവിഷ്ടയായി ആ കിഴവി പ്രത്യക്ഷപ്പെട്ടു. അവളെ സഹായിച്ച, വൃത്തികെട്ട വസ്ത്രങ്ങൾ അണിഞ്ഞ, വിരൂപിയായ ആ ധർമ്മക്കാരി കിളവി. അവളുടെ അടുത്ത് അവരെ അവിടെ കണ്ടത് പലർക്കും ഇഷ്ടപ്പെട്ടില്ല. 'തങ്ങളുടെ നടുക്ക് ഇങ്ങനെ ഒരശ്രീകരമോ?' പലരും ചിന്തിച്ചു. അവളുടെ അമ്മയും രണ്ട് സഹോദരിമാരും ആ സ്ത്രീയോട് അപമര്യാദയായി പെരുമാറുകയും അസഭ്യങ്ങൾ പുലമ്പുകയും ചെയ്തു. പക്ഷേ അതൊന്നും വകവെയ്ക്കാതെ രാജകുമാരി അവരെ കെട്ടിപ്പിടിച്ച് തന്റെയടുക്കൽ ഇരുത്തി ഉമ്മവെച്ചു. അവരുടെ തട്ടിൽ നിന്ന് ഭക്ഷണം എടുത്ത് കഴിക്കുകയും തന്റെ കൈകൊണ്ട് അവർക്ക് ഭക്ഷണം ഊട്ടുകയും ചെയ്തു. എല്ലാവരും കാൺകെ അവളുടെ മുൻപിൽ കുനി ഞ്ഞുനിന്ന് ആശീർവാദവും വാങ്ങി.

ആ വൃദ്ധ അവളുടെ തലയിൽ കൈവെച്ച് അനുഗ്രഹിച്ചു.

"മകളെ, നീ രാജകുമാരിയെങ്കിലും സത്യസന്ധയും സവിശേഷ ഗുണങ്ങളുള്ളവളും. ദീനാനുകമ്പ ഉള്ളവളുമാണ്. നിനക്ക് നല്ലത് ഭവിക്കും."

പിന്നീട് അവർ കുമാരിയുടെ അമ്മയേയും സഹോദരികളേയും നോക്കി പറഞ്ഞു.

"നിങ്ങൾ ദുഷ്ടകളും, വക്രബുദ്ധികളും, ദീനാനുകമ്പ ഇല്ലാത്ത വരുമാണ്. നിങ്ങളുടെ മനസ്സുപോലെതന്നെ നിങ്ങളുടെ ശരീരവും ക്രൂരമുള്ളതായിത്തീരും." അത്രയും പറഞ്ഞ് അവർ അവിടെനിന്ന് അപ്രത്യക്ഷയാകുകയും ചെയ്തു.

ആ കിഴവിയെ പിന്നീടാരും കാണുകയോ അവരെക്കുറിച്ച് എന്തെങ്കിലും കേൾക്കുകയോ ചെയ്തതായി അറിവില്ല.

കരടിത്തോലൻ

ഈ കഥ ഒരു ചരിത്രസത്യമാണോ? കഥ വായിക്കുമ്പോൾ നമുക്ക് അങ്ങനെയാണ് തോന്നുക. പക്ഷേ സത്യാവസ്ഥ നമുക്കറിയില്ല. എങ്കിലും കഥ അങ്ങനെതന്നെ പറയാം.

1396—ൽ ടർക്കിഷ് ചക്രവർത്തി 'സെലാപിനോ' ഹംഗറിയിലെ 'സിഗിസ്‌മുണ്ടസ്' രാജാവിനെ യുദ്ധത്തിൽ തോൽപിച്ചു. ഹംഗറിയുടെ സേനയിൽ ജോലിചെയ്തിരുന്ന ഒരു ജർമ്മൻ യോദ്ധാവ് യുദ്ധഭൂമിയിൽനിന്ന് ഒളിച്ചോടി ഒരു കാട്ടിൽ ചെന്നെത്തി. പക്ഷേ ആ കാട്ടിൽ യുദ്ധ ഭൂമിയിൽ അനുഭവിക്കേണ്ടിവന്നതിനേക്കാൾ കൂടുതൽ കഷ്ടതകളാണ് അയാളെ കാത്തിരുന്നത്. സഹിക്കാൻ കഴിയാത്ത തണുപ്പിന് പുതക്കാൻ ഒരു പുതപ്പ്, ദാഹത്തിന് അല്പം ജലം, വിശപ്പിന് അല്പം ആഹാരം; ഒന്നും എങ്ങും കിട്ടാനില്ലായിരുന്നു. ആരോടാണ് എന്തെങ്കിലും സഹായം ചോദിക്കുക? അവിടെയെങ്ങും ആരുമില്ലായിരുന്നു. അയാൾ തികച്ചും നിരാശനായി മരിച്ചാൽ മതിയായിരുന്നു എന്നപോലും ചിന്തിക്കാൻ തുടങ്ങി. അങ്ങനെ കഴിയുമ്പോഴാണ് തികച്ചും അപ്രതീക്ഷിതമായി കണ്ടാൽ അറയ്ക്കുന്ന വൃത്തികെട്ട ആ ഭൂതം അയാളുടെ മുന്നിൽ പ്രത്യക്ഷപ്പെട്ടത്.

"നിന്നെക്കണ്ടാൽ നീ ഭയങ്കര കഷ്ടപ്പാടിലാണെന്ന് തോന്നുന്നുവല്ലോ. എന്താ അങ്ങനെയാണോ?" ഭൂതം അയാളോട് ചോദിച്ചു.

"അതെ. താങ്കൾ ആരാണ്."

"അതൊക്കെ പിന്നെപ്പറയാം. നിനക്ക് ആഹാരം വേണം. വെള്ളം വേണം. താമസിക്കാൻ ഒരു നല്ല സ്ഥലം വേണം അല്ലേ?"

"അതെ."

"ഇവയെല്ലാം ഞാൻ നിനക്ക് ഉടനേ തരാം. പക്ഷേ നീ എന്റെ നിബന്ധനകൾക്ക് വഴങ്ങി അടുത്ത ഏഴ് വർഷങ്ങൾ ജീവിക്കണം. എന്താ, സമ്മതമാണോ?"

"ശരി, നിബന്ധനകൾ കേൾക്കട്ടെ."

"അടുത്ത ഏഴു വർഷക്കാലം നീ എന്റെ അടിമയെപ്പോലെ ഞാൻ പറയുന്നതുമാത്രം അനുസരിച്ച് ജീവിക്കണം. ഈ കാര്യത്തിൽ

ഏതെങ്കിലും വിധത്തിൽ പിഴവ് വരുത്തിയാൽ കടുത്ത ശിക്ഷ ഉണ്ടാകും. ഇത് നിനക്ക് സമ്മതമാണെങ്കിൽ മാത്രം മറ്റ് വ്യവസ്ഥകൾ പറയാം."

അയാൾ സമ്മതം മൂളി. "ശരി. സമ്മതമാണ്."

"എങ്കിൽ കേട്ടോളൂ. ഏഴുവർഷക്കാലം ഞാൻ തരുന്ന കരടി ത്തോലല്ലാതെ മറ്റൊരു വസ്തുവും നീ ദേഹത്ത് ധരിക്കാൻ പാടില്ല. യാതൊരുവിധ പ്രാർത്ഥനകളും നടത്താൻ പാടില്ല. മുഖം വടിക്ക കയോ തലമുടി ചീകുകയോ, വെട്ടുകയോ ഒന്നും ചെയ്യാൻ പാടില്ല. കൈ, കാൽ, മുഖം, ശരീരം ഒന്നും തന്നെ കഴുകാനോ ശ്രദ്ധിച്ചെയ്യാനോ പാടില്ല. നഖം വെട്ടാൻ പാടില്ല. മൂക്ക് ചീറ്റിയുടക്കാൻ പാടില്ല. എന്തിന്, കക്കൂസിൽ പോയിക്കഴിഞ്ഞ് പുറകുഭാഗം കഴുകുകയോ തുട ക്കുകയോ ചെയ്യാൻ പോലും പാടില്ല. ഇങ്ങനെയെല്ലാം ജീവിക്കാൻ തയ്യാറായാൽ ഞാൻ നിനക്ക് പ്രത്യുപകാരമായി വേണ്ടത്ര ആഹാരം, ലഹരിയുള്ള പാനീയങ്ങൾ, വേണ്ടത്ര പുകയിലയോ മറ്റ് ബീഡിപോ ലെയുള്ള സാധനങ്ങളോ ഒക്കെ നൽകാം. കൂടാതെ വേണ്ടത്ര പണവും തരാം. എന്താണ് വേണ്ടതെന്ന് നീ അപ്പപ്പോൾ ചോദിച്ചാൽ മാത്രം മതി. എന്താ. എന്തു തോന്നുന്നു. സമ്മതമാണോ?" ആ ചെകുത്താൻ നിബന്ധനകൾ വിശദമായിത്തന്നെ പറഞ്ഞു.

അവൻ ആലോചിച്ചു. ഒരിക്കലും പ്രാർത്ഥനകളിൽ അവന് വലിയ താല്പര്യമില്ലായിരുന്നു. പിന്നെ യുദ്ധഭൂമിയിൽ പലപ്പോഴും ശുചിത്വ ത്തിന് ആഗ്രഹിച്ചാൽ പോലും വലിയ സൗകര്യങ്ങളൊന്നും കിട്ടിയി രുന്നില്ല. അതെല്ലാം വിചാരിച്ച്, ആലോചിച്ചതിന് ശേഷം അയാൾ എല്ലാ നിബന്ധനകളും സ്വീകാര്യമാണെന്ന് അറിയിച്ചു.

ആ ചെകുത്താൻ ആദ്യഗഡുവായി കുറെ പണവും, ഒരു കരടിത്തോ ലും, മദ്യവും പുകയില സാമാനങ്ങളും നൽകി. അയാൾ അതെല്ലാം വാങ്ങി അടുത്തുള്ള ഒരു ഗ്രാമത്തിലെ ഒരു വീട്ടതിയിൽ വാടകമുറി എടുത്ത് താമസം തുടങ്ങി. ധാരാളമായി പണം ചിലവഴിക്കുന്ന അയാളുടെ വസ്ത്രധാരണ രീതിയും പ്രത്യേക പെരുമാറ്റരീതികളും മറ്റുള്ളവർ ശ്രദ്ധിച്ചുവെങ്കിലും കാര്യമാക്കിയില്ല.

അങ്ങിനെയിരിക്കുമ്പോൾ ഒരു മാന്യൻ കൂടെക്കൂടെ വീട്ടതിയിൽ വന്നുപോകുന്നത് അയാളുടെ ശ്രദ്ധയിൽപെട്ടു. മാത്രമല്ല അയാളുടെ ധാരാളിത്വം ആ മാന്യന്റെ ശ്രദ്ധയിലും പെട്ടു. ഒരു ദിവസം ആ മാന്യൻ സ്വയം അയാളോട് പരിചയപ്പെട്ടുകയും ചെയ്തു. അവർ തമ്മി ല്ലുള്ള കൂടിക്കാഴ്ചകൾ പതിവായി. അങ്ങനെയിരിക്കെ ഒരു ദിവസം ആ മാന്യൻ അയാളോട് പറഞ്ഞു.

"താങ്കളെക്കുറിച്ച് എനിക്ക് വല്ലതായി ഒന്നും അറിയില്ല. എങ്കിലും താങ്കളെ എനിക്ക് വളരെയധികം ഇഷ്ടപ്പെട്ടു. എനിക്ക് പ്രായപൂർത്തി യായ മൂന്ന് പെൺകുട്ടികൾ ഉണ്ട്. താങ്കൾക്ക് വിരോധം ഇല്ലെങ്കിൽ

എന്തുകൊണ്ട് താങ്കൾ അവരിൽ ഒരാളെ വിവാഹം ചെയ്യുകൂടാ എന്ന് ഞാൻ ചിന്തിക്കുകയായിരുന്നു."

ആ അഭിപ്രായം അയാൾക്കും സ്വീകാര്യമായിരുന്നു.

"ഓ. താങ്കളുടെ മക്കളിൽ ആർക്കെങ്കിലും എന്നെ സന്തോഷത്തോടെ ഭർത്താവായി സ്വീകരിക്കാൻ കഴിയുമെങ്കിൽ എനിക്ക് സമ്മതം."

"ശരി. അങ്ങനെയാണെങ്കിൽ താങ്കൾ എന്നോടൊപ്പം വീട്ടിലേക്ക് വരൂ. ഞാൻ താങ്കളെ എന്റെ മക്കൾക്ക് പരിചയപ്പെടുത്തുകയും അവരോട് എന്റെ ഇംഗിതം അറിയിക്കുകയും ചെയ്യാം."

"ശരി. അങ്ങനെയാകട്ടെ."

അവർ രണ്ടപേരുംകൂടി, ആ മാന്യന്റെ വീട്ടിലേക്ക് യാത്രയായി. വീട്ടിലെത്തിയതിനശേഷം ആ മാന്യൻ തന്റെ മൂന്ന് മക്കളെയും വിളിച്ച് വിവരങ്ങളെല്ലാം പറഞ്ഞതിനശേഷം അയാളെ അവർക്ക് പരിചയപ്പെടുത്തുകയും ചെയ്തു.

ആദ്യത്തെ രണ്ടമക്കളും അച്ഛനോടു പറഞ്ഞു.

"അച്ഛാ, ഞങ്ങൾക്ക് ഇത്ര വിരൂപിയായ വൃത്തിഹീനനായ ഒരാളെ ഭർത്താവായി വേണ്ട."

പക്ഷേ ഇളയമകൾ പറഞ്ഞത് മറിച്ചായിരുന്നു.

"അച്ഛാ. ഞാനത്രവളരെ സുന്ദരിയൊന്നുമല്ലല്ലോ. അതുകൊണ്ട് എനിക്ക് ഇദ്ദേഹത്തെ വിവാഹം കഴിക്കുന്നതിൽ വിഷമമില്ല. പിന്നെ, വൃത്തിയില്ലായ്മയുടെ കാര്യം; വിവാഹം കഴിഞ്ഞ് ഞാനദ്ദേഹത്തെ വേണ്ടവണ്ണം കാര്യങ്ങൾ പറഞ്ഞു മനസ്സിലാക്കുകയും വേണ്ടത് ചെയ്യുകയും ചെയ്തുകൊള്ളാം."

കരടിത്തോലമനം അവളെ വിവാഹം കഴിക്കാൻ സമ്മതം പറഞ്ഞു. പക്ഷേ അയാൾ ചെകുത്താന് കൊടുത്ത വാക്ക് നിറവേറ്റണ്ടതുണ്ടായിരുന്നു. പറഞ്ഞിരുന്ന ഏഴ് വർഷങ്ങൾ തികയാൻ മൂന്ന് മാസങ്ങൾ കൂടി ബാക്കി ഉണ്ടായിരുന്നു. അതുകൊണ്ട് അയാൾ പറഞ്ഞു.

"എല്ലാം എനിക്ക് സമ്മതം. പക്ഷേ ഒരു പ്രശ്നമുണ്ട്. ചില പ്രത്യേക കാരണങ്ങൾ കൊണ്ട് മൂന്ന് മാസങ്ങൾക്കുശേഷം മാത്രമേ വിവാഹം നടക്കുകയുള്ളൂ. സമ്മതമാണെങ്കിൽ ഞാൻ എന്റെ പ്രതിശ്രുതവധുവിന് ഒരു മോതിരം നൽകി ഈ വിവാഹം ഉറപ്പിക്കാം. മൂന്നുമാസം കഴിഞ്ഞ് ഇവിടെവന്ന് സമ്പ്രദായപ്പടി വിവാഹം കഴിക്കുകയും ചെയ്യാം." അത് അവർക്കെല്ലാം സമ്മതമായിരുന്നു. അയാൾ തന്റെ കയ്യിൽ കിടന്ന ഒരു മോതിരം ഊരിയെടുത്ത് രണ്ടായി ഉടച്ച് ഒരു പകുതി വധുവിന്റെ കയ്യിൽ കൊടുത്തിട്ട് പറഞ്ഞു.

"ഈ പകുതി നീ ഭദ്രമായി സൂക്ഷിക്കുക. മൂന്നുമാസം കഴിഞ്ഞാൽ ഞാൻ ഇവിടെവന്ന് എന്റെ കയ്യിലുള്ള പകുതി കാണിച്ച് ഞാൻ

തന്നെയെന്ന് നിന്നെ ബോധ്യപ്പെടുത്തുകയും വിവാഹം കഴിച്ച് നമു
ക്കൊന്നിച്ച് സന്തോഷമായി ജീവിക്കുകയും ചെയ്യാം.”

അവൾ സന്തോഷത്തോടുകൂടി ആ പകുതി മോതിരം വാങ്ങി
ഭദ്രമായി സൂക്ഷിച്ചുവെച്ചു.

അയാൾ മൂന്നുമാസം കഴിഞ്ഞ് തിരികെ വന്നു. അതിനകം ചെകു
ത്താനുമായുള്ള അയാളുടെ കരാറിന്റെ കാലം കഴിഞ്ഞു. കരാറിന്റെ
കാലം തീർന്ന ദിവസം ആ ചെകുത്താൻ ഭൂതം അയാളുടെ മുന്നിൽ
പ്രത്യക്ഷപ്പെട്ടു.

“ഞാൻ നിന്നിൽ വളരെ പ്രസന്നനാണ്. നീ എല്ലാം നിബന്ധ
നകളും വേണ്ടവണ്ണം നിറവേറിയിരിക്കുന്നു.” അത്രയും പറഞ്ഞ്
ചെകുത്താൻ അയാൾക്ക് വീണ്ടും കുറേയധികം പണവും മറ്റ് സമ്മാ
നങ്ങളും നൽകിയിട്ട് പോയി.

മൂന്നുമാസം തികഞ്ഞതിന്റെ അടുത്ത ദിവസം തന്നെ അയാൾ
ഗ്രാമത്തിലെ ചന്തസ്ഥലത്ത് പോയി, പുതിയ വസ്തുങ്ങൾ വാങ്ങി.
മുടി വെട്ടിച്ചു. മുഖം ക്ഷൗരം ചെയ്തു. കരടിത്തോൽ ചവറ്റുകുട്ടിയിലേക്ക്
വലിച്ചെറിഞ്ഞു. പുതിയ വസ്ത്രങ്ങൾ അണിഞ്ഞു. തലമുടി ചീകിവൃത്തി
യാക്കി. അപ്പോൾ അയാൾ തികച്ചും സുന്ദരനായ ഒരു ചെറുപ്പക്കാര
നായി. അങ്ങനെ അയാൾ ആ മാന്യന്റെ വീട്ടിലേക്ക് കയറിച്ചെന്നു.

ആദ്യം ആർക്കും അയാളെ തിരിച്ചറിയാൻ കഴിഞ്ഞില്ല. അയാൾ
സ്വയം പരിചയപ്പെടുത്തിയതിനുശേഷം തന്റെ കയ്യിലുണ്ടായിരുന്ന
മോതിരത്തിന്റെ പകുതിഭാഗം എല്ലാവർക്കും കാണിച്ചുകൊടുത്തു.
പിന്നീട് നിശ്ചയിച്ചിരുന്നതുപോലെ വിവാഹം വളരെ മംഗളമായി
നടന്നു. അയാളും ഭാര്യയും അയാൾ ഗ്രാമത്തിൽ വാങ്ങിയ പുതിയ
വീട്ടിലേക്ക് മാറിത്താമസിക്കുകയും ചെയ്തു.

പക്ഷേ, ഇളയ സഹോദരിയുടെ സുമുഖനും സുന്ദരനും ധനാഢ്യ
നുമായ ഭർത്താവിനെ കണ്ടപ്പോൾ മൂത്ത രണ്ട സഹോദരിമാരും
അസൂയകൊണ്ട് ഭ്രാന്തികളായി എന്ന് പറഞ്ഞാൽ തെറ്റാകുകയില്ല.
തങ്ങൾക്ക് കിട്ടിയ സന്ദർഭം കളഞ്ഞുകുളിച്ചവല്ലോ എന്ന് ഓർത്തോർ
ത്ത് അവർ വിഷാദ രോഗത്തിന് അടിമകളായി. അങ്ങനെ വളർന്ന
അസൂയയും വിഷാദവും അവരുടെ മനസ്സിന്റെ സമനില തെറ്റിച്ചു.
ഒരാൾ അധികം താമസിയാതെ തൂങ്ങിച്ചത്തു. മറ്റെയാൾ അടുത്തുള്ള
കിണറ്റിൽ ചാടി ചത്തു.

ഈ കഥ കൂടെക്കൂടെ ഓർക്കാറുള്ള ജർമ്മനിയിലെ ആ ഗ്രാമ
ക്കാർ പറയും,

“ആ ചെകുത്താന് അയാളെ നഷ്ടപ്പെട്ടെങ്കിലെന്താ, രണ്ട് സുന്ദ
രിമാരുടെ ആത്മാവ് കിട്ടിയില്ലേ? അത് പോരേ?. ലാഭം ചെകുത്താ
നുതന്നെ.”

കുറ്റിച്ചൂൽ

പണ്ട് പണ്ട് ജർമ്മനിയിൽ താമസിച്ചിരുന്ന ഒരു വണികന്റെയും അദ്ദേഹത്തിന്റെ മൂന്ന് പുത്രിമാരുടെയും കഥയാണ് ഇത്. മൂത്ത രണ്ട് സഹോദരിമാരും അഹങ്കാരികളായിരുന്നു. പക്ഷേ, അവരെ രണ്ടുപേരേക്കാളും സുന്ദരിയായിരുന്ന ഇളയ സഹോദരി നിച്ചെൻ വളരെ സൽസ്വഭാവിയും വിനയത്തോടും സ്നേഹത്തോടും കൂടി പെരിചയിക്കുന്നവളും ആയിരുന്നു. നിച്ചെൻ സാധാരണ വസ്തുങ്ങൾ ധരിക്കാനാണ് ഇഷ്ടപ്പെട്ടിരുന്നത്. എന്നാൽ മൂത്ത സഹോദരിമാർ വിലകൂടിയ വസ്തുങ്ങളും ആഭരണങ്ങളും അണിയുന്നതിനാണ് താല്പ ര്യപ്പെട്ടിരുന്നത്. നിച്ചെന്റെ കൂട്ടുകാരിയും അവളെപ്പോലെ തന്നെ സുന്ദരിയും സൽസ്വഭാവിയും ആയിരുന്നു. അവൾ അടുത്തവീട്ടിലെ ചൂലുണ്ടാക്കി വിൽക്കുന്ന സ്ത്രീയുടെ മകളായിരുന്നു. എല്ലാവരും അവളെ പരിഹാസ്യത്തോടെ കുറ്റിച്ചൂൽ എന്ന് വിളിച്ചിരുന്നു. നിച്ചെനും കുറ്റി ച്ചൂലും വളരെയധികം സ്നേഹമുള്ള കൂട്ടുകാരായിരുന്നു. അവർ എല്ലാ രഹസ്യങ്ങളും പരസ്പരം സംസാരിക്കും. അവരവരുടെ വീട്ടിൽ കിട്ടുന്ന ആഹാരം മറ്റാരും കാണാതെ പങ്കുവെയ്ക്കും. ആ സൗഹൃദം മൂത്തസ ഹോദരിമാർക്ക് ഒട്ടും തന്നെ ഇഷ്ടമായിരുന്നില്ല. പക്ഷേ നിച്ചെൻ ആ ഇഷ്ടക്കേട് വകവെച്ചിരുന്നില്ല.

അന്നൊരു ദിവസം ആ വണികൻ കുറച്ച ദിവസത്തേക്ക് ഒരു യാത്ര തുടങ്ങുകയായിരുന്നു. എപ്പോഴും യാത്രപോകുമ്പോൾ അദ്ദേഹം തന്റെ മക്കളെ വിളിച്ച് തിരികെ വരുമ്പോൾ എന്താണ് സമ്മാന മായി വാങ്ങിക്കൊണ്ട് വരേണ്ടതെന്ന് ചോദിക്കുമായിരുന്നു. അന്നും പതിവുപോലെ അദ്ദേഹം മൂന്ന് മക്കളെയും വിളിച്ച് ചോദിച്ചു.

മൂത്തമകൾ പറഞ്ഞു.

"അച്ഛാ, എനിക്ക് ഒരു നല്ല സ്വർണ നെക്ക്‌ലേസു കൊണ്ടുവരണം"

"എനിക്ക് രതക്കല്ലുകൾ പിടിപ്പിച്ച ഒരു ജോഡി ലോലാക്കുകൾ വേണം. അവ ഈ ഗ്രാമത്തിൽ മറ്റാർക്കും ഉള്ളതിനേക്കാൾ സുന്ദരങ്ങ ളായിരിക്കണം." രണ്ടാമത്തെ മകൾ പറഞ്ഞത് അങ്ങനെയായിരുന്നു.

പ്രത്യേകിച്ച് ഒന്നും പറയാതിരുന്ന ഇളയ മകളോട് അദ്ദേഹം വീണ്ടും ചോദിച്ചു.

"മോളെ. മോൾക്ക് ഒന്നും വേണ്ടേ?"

"അച്ഛൻ തിരികെ സന്തോഷത്തോടെ ആരോഗ്യവാനായി മടങ്ങിവന്നാൽ മാത്രം മതി. അതിനേക്കാൾ ഇഷ്ടപ്പെട്ട മറ്റൊന്നും എനിക്കില്ല."

ആ അച്ഛൻ വീണ്ടും പറഞ്ഞു.

"എന്നാലും മകളെ നീ എന്തെങ്കിലും ഒന്ന് പറയ്. അച്ഛന്റെ സന്തോഷത്തിന് വേണ്ടിയെങ്കിലും."

"അച്ഛന് നിർബന്ധമാണെങ്കിൽ എനിക്കു വേണ്ടി ഒരേതണ്ടിൽ മൂന്ന് പുഷ്പങ്ങളോട്ടുകൂടിയ ഒരു റോസാപ്പൂ വാങ്ങിക്കൊണ്ടുവരണം. എനിക്കഴെമതി."

"ശരി മകളേ, അങ്ങനെയാകട്ടെ." അദ്ദേഹം യാത്ര പുറപ്പെട്ടു. ഏതാണ്ട് ഒരാഴ്ച കഴിഞ്ഞ് തന്റെ ജോലികളെല്ലാം തീർത്ത് വീട്ടിലേ ക്ക് മടങ്ങാൻ തുടങ്ങയപ്പോഴാണ് മക്കൾക്ക് സമ്മാനം വാങ്ങിക്കുന്ന കാര്യം ഓർത്തത്. ഉടനേതന്നെ അദ്ദേഹം അടുത്തുണ്ടായിരുന്ന ഒരാ ഭരണക്കടയിൽ കയറി. മൂത്തമക്കൾ ആവശ്യപ്പെട്ട നെക്ക് ലേസും കമ്മലുകളും ആ കടയിൽ നിന്നും വാങ്ങി. പിന്നീട് അദ്ദേഹം അട്ട ത്തുള്ള ഒരു വലിയ പൂക്കടയിൽ കയറി. കടയുടെ ഉടമസ്ഥൻ പറഞ്ഞു.

"സാർ, ഈ മഞ്ഞുകാലത്ത് റോസാപ്പൂ കിട്ടുക ഏതാണ്ട് അസാ ധ്യമാണ്. എന്റെ കൈയ്യിലെന്നല്ല മറ്റൊരു കടയിലും കിട്ടുകയില്ല എന്ന് തീർച്ചയാണ്."

ഇനി എന്തുചെയ്യും എന്ന് ആലോചിച്ചുകൊണ്ട് അയാൾ നടന്നു. മകൾ റോസാപ്പൂവാണ് ആവശ്യപ്പെട്ടതെങ്കിലും, അവൾ ചോദിച്ച രീതിയിൽ പൂ കിട്ടാത്തയുകൊണ്ട് മറ്റെന്തെങ്കിലും ഒരു സമ്മാനം വാങ്ങിക്കൊണ്ടുപോകാം എന്ന് ആലോചിച്ചുകൊണ്ട് നടക്കുമ്പോൾ തികച്ചും അപ്രതീക്ഷിതമായി വഴിയേരത്തുള്ള ഒരു ഉദ്യാനത്തിൽ ഒരു റോസാച്ചെടി പൂത്തുനിൽക്കുന്നത് കാണാൻ ഇടയായി.

ഉദ്യാനത്തിന് നടുവിൽ കൊട്ടാരംപോലെ ഒരു വലിയ വീട്; എല്ലായിടവും മഞ്ഞുകൊണ്ട് മൂടിയിരുന്നു; ആ ഒരു കെട്ടിടവും അതിന് ചുറ്റുമുള്ള ഉദ്യാനവും ഒഴികെ എല്ലായിടത്തും മഞ്ഞ് വീണിരുന്നു. ഉദ്യാനത്തിലെ എല്ലാചെടികളിലും ധാരാളം പൂക്കൾ ഉണ്ടായിരു ന്നു. വളരെ സന്തോഷത്തോടെ അയാൾ ഉദ്യാനത്തിന്റെ കവാടം തുറന്ന് അകത്ത് പ്രവേശിച്ചു. അവിടെ ആരെങ്കിലും ഉണ്ടോയെന്ന് തിരക്കി. ആരെയും കാണാൻ കഴിഞ്ഞില്ല. കിളികളുടെ ചിലപിലാ ശബ്ദമല്ലാതെ മറ്റൊന്നും കേൾക്കാനും കഴിഞ്ഞില്ല. ഏതായാലും ശരി, തനിക്കുവേണ്ടത് ഒരു പൂ മാത്രമാണല്ലോ എന്ന് മനസ്സിൽ കരുതി

അയാൾ ആ റോസച്ചെടിയുടെ അടുത്തെത്തി. അതിൽ, തന്റെ മകൾ ആവശ്യപ്പെട്ടതുപോലെ, ഒരേ തണ്ടിൽ മൂന്ന് പൂമൊട്ടുകൾ; അടുത്തദി വസം വിരിഞ്ഞ് പൂവാകാൻ പരുവത്തിലുള്ള മൂന്ന് മൊട്ടുകൾ. അയാൾ ആ തണ്ട് ഒടിച്ചെടുത്തു.

തണ്ട് ഒടിച്ചയുടനെ അയാളുടെ മുന്നിൽ വികൃതരൂപിയായ, വൃത്തികെട്ട മൂക്കും തൂങ്ങിക്കിടക്കുന്ന ചെവികളും, ഒരു കുറുകിയ വാല്യം, ദേഹം മുഴുവൻ തിങ്ങി വളർന്ന രോമവും ഉള്ള സാമാന്യം വലിയ ഒരു ജന്തു പ്രത്യക്ഷപ്പെട്ടു. ആ ജന്തുവിനെ കണ്ട് അയാൾ നല്ലതുപോലെ പേടിച്ചു. ആ ജന്തു അയാളെനോക്കി അട്ടഹസിച്ചു.

"ഇതെന്റെ തോട്ടമാണ്. എന്റെ അനുവാദമില്ലാതെ ഈ ചെടി യിൽനിന്നും പൂ ഒടിച്ചെടുക്കാൻ നിനക്ക് ആരവകാശം തന്നു? നീ ആരാണ്? ആരായാലും ശരി, നിനക്ക് ഞാൻ നല്ല ശിക്ഷ തരുന്ന താണ്?"

അയാൾ ആ ജന്തുവിനോട് ക്ഷമ പറഞ്ഞു.

"എനിക്ക് തെറ്റുപറ്റിപ്പോയി. ദയവായി ക്ഷമിക്കണം."

"എന്ത്? ക്ഷമിക്കണമെന്നോ?"

"അതെ. എന്റെ ഇളയ മകൾക്ക് ഒരു സമ്മാനമായി കൊടുക്കാ നാണ് ഞാൻ ഈ പൂ ഒടിച്ചെടുത്തത്. അനുവാദം വാങ്ങാതെ പൂ ഒടിച്ചത് തെറ്റാണ്. സമ്മതിക്കുന്നു."

"എന്റെ തോട്ടത്തിൽനിന്ന് അനുവാദം വാങ്ങാതെ പൂ ഒടിച്ചെട ക്കുന്നവർക്ക് സാധാരണ ഞാൻ മരണശിക്ഷയാണ് കൊടുക്കുന്നത്."

"ഞാൻ കുറ്റം സമ്മതിക്കുകയും ക്ഷമ ചോദിക്കുകയും ചെയ്യല്ലൊ. എന്നോട് അല്പം ദയ കാണിക്കണം."

"താനൊരു മര്യാദക്കാരനാണെന്ന് തോന്നുന്നു. അതുകൊണ്ട് ഈ പ്രാവശ്യം ക്ഷമിക്കാം. പക്ഷേ താൻ എന്റെ നിബന്ധന സ്വീകരി ക്കണം; എങ്കിൽ മാത്രം."

"ശരി. ഞാനെന്ത് നിബന്ധനയാണ് സ്വീകരിക്കേണ്ടതെന്ന് ദയവായി പറഞ്ഞാലും."

"എങ്കിൽ എന്റെ തീരുമാനം ഞാൻ പറയാം. കേട്ടോളൂ. ഇന്നു മുതൽ ഏഴ് മാസം തികയുന്ന ദിവസം ഞാൻ നിങ്ങളുടെ വീട്ടിൽ എത്തുന്നതാണ്. അപ്പോൾ നിങ്ങളുടെ ഇളയ മകളെ എനിക്ക് തന്ന് എന്നോടൊപ്പം അയക്കേണ്ടതാണ്. സമ്മതമാണെങ്കിൽ നിങ്ങളെ മരണശിക്ഷയിൽനിന്ന് വിമുക്തനാക്കാം. ആലോചിച്ച് പറഞ്ഞോളൂ."

വണികൻ മറ്റ് ഗത്യന്തരമൊല്ലാതെ പറഞ്ഞു.

"സമ്മതം."

"ശരി. അപ്പോൾ നിങ്ങൾക്ക് പോകാം. ഒടിച്ചെടുത്ത പൂ കൊണ്ടുപോയി എന്റെ സമ്മാനമായി മകൾക്ക് നൽകുകയും ചെയ്യാം.

പക്ഷെ, എനിക്കുതന്ന വാക്ക് കൃത്യമായി പാലിച്ചില്ലെങ്കിൽ ശിക്ഷ തീർച്ചയായും ഭയാനകമായിരിക്കും. ഓർമ്മവേണം.”

അത്രയും പറഞ്ഞിട്ട് ആ ജന്തു അവിടെനിന്നും മറഞ്ഞു. വണികൻ വളരെ ദുഃഖിതനായി വീട്ടിലേക്ക് മടങ്ങി. തന്റെ ദുഃഖം മറ്റാരും അറിയാതിരിക്കാൻ അയാൾ വളരെയധികം ശ്രദ്ധിച്ചു. താൻ കൊണ്ടു വന്നിരുന്ന സമ്മാനങ്ങൾ മക്കൾക്ക് നൽകി. പക്ഷേ, ഇളയമകൾ അച്ഛന് മനസ്സിൽ എന്തോ സങ്കടമുണ്ടെന്ന് മനസ്സിലാക്കി ചോദിച്ചു.

“അച്ഛാ. അച്ഛന്റെ മനസ്സിൽ എന്തോ ഒരു പ്രയാസമുള്ളതുപോലെ. എന്താണെന്ന് പറയൂ, അച്ഛാ.”

“ഏയ്. ഒന്നുമില്ല മകളെ. മകൾക്ക് റോസാപ്പൂ ഇഷ്ടപ്പെട്ടുവല്ലോ. ഇല്ലേ?”

“ഇഷ്ടപ്പെട്ടു. പക്ഷേ അച്ഛൻ എന്നോട് സത്യം പറയണം. അച്ഛൻ എന്താണ് ഓർക്കുന്നത്?”

“ഒന്നുമില്ല. മോളെ.”

പക്ഷെ ആ ദിവസത്തിനശേഷം അയാൾ തന്റെ ഇളയമകളെ കഴിയുന്നതും വീടിന് വെളിയിലേക്ക് അയക്കാതായി. അതുപോലെ അധികം ആളും വീട്ടിൽ വന്ന് അവളെ കാണാനം അനുവദിച്ചിരുന്നില്ല. കുറ്റിച്ചല്ലുമാത്രം ഇടയ്ക്കിടക്ക് അവളെ വന്ന് കാണുകയും സംസാരിച്ച് ഇരിക്കുകയും ചെയ്യമായിരുന്നു.

ഏഴ മാസങ്ങൾ വേഗം കടന്നുപോയി. ഏഴമാസം തികഞ്ഞദിവസം വണികന്റെ വീട്ടുമുറ്റത്ത് ഒരു കുതിരവണ്ടി വന്നുനിന്നു. അതിൽ നിന്ന് വണ്ടിക്കാരൻ ഇറങ്ങിവന്ന് വണികന്റെ കയ്യിൽ ഒരു കുറിപ്പ് കൊടുത്തു. അതിൽ എഴുതിയിരുന്നത്.

‘വാക്കു പാലിക്കു’ എന്നുമാത്രമായിരുന്നു.

ആ സമയം വണികന്റെ വീട്ടിൽ അയാളുടെ മകളും കുറ്റിച്ചല്ലും മാത്രമാണ് ഉണ്ടായിരുന്നത്. അവർ പരസ്പരം സംസാരിച്ചുകൊണ്ടിരിക്കുകയായിരുന്നു. അയാൾ ആകപ്പാടെ ഭയപ്പെട്ടു. എന്തുചെയ്യണമെന്നറിയാതെ ഒരു നിമിഷം സ്വയം മറന്ന് നിന്നു. പിന്നീട് ധൈര്യം അവലംബിച്ച് അയാൾ കുറ്റിച്ചലിനെ തന്റെ അരികിലേക്ക് വിളിച്ചു.

കൂട്ടുകാരിയുടെ അച്ഛൻ വിളിച്ചതല്ലേ. അവൾ യാതൊരു സംശയമോ സങ്കോചമോ ഇല്ലാതെ അയാളുടെ അടുത്ത് ചെന്നു. അയാൾ അവളോട് പറഞ്ഞു.

“മോളേ, കുറ്റിച്ചല്ലെ, നീ ഇയാളുടെ കൂടെ ഒരു സ്ഥലം വരെ ചെല്ല്. കാര്യമൊക്കെ ഞാൻ പിന്നെപറയാം”

ഒരു സംശയവുമില്ലാതെ കുറ്റിച്ചൽ വണ്ടിയിൽ കയറി. ഉടനെതന്നെ വണ്ടി വളരെ വേഗത്തിൽ ദൂരെയെവിടേക്കോ യാത്രയായി.

പക്ഷേ ഉദ്ദിഷ്ടസ്ഥാനത്തെത്തി വണ്ടിക്കാരൻ കുറ്റിച്ചലിനെ ആ

മൃഗത്തിന്റെ അടുത്ത് എത്തിച്ചയുടൻതന്നെ മൃഗം താൻ വഞ്ചിക്കപ്പെ
ട്ടിരിക്കുന്നു എന്ന് മനസ്സിലാക്കി. അത് വണ്ടിക്കാരനോട് ഉച്ചത്തിൽ
പറഞ്ഞു.

"എടാ. തനിക്ക് തെറ്റുപറ്റിയിരിക്കുന്നു. നമുക്ക് വേണ്ട പെൺകുട്ടി
ഇതല്ല. അതുകൊണ്ട് ഇവളെ തിരികെ ഇവളുടെ വീട്ടിലാക്കിയിട്ട്
ആ വണികനോട് അയാൾ എനിക്ക് തന്നെ വാക്ക് കൃത്യമായി
പാലിക്കണം എന്ന് പറയുക."

അങ്ങനെ കുറ്റിച്ചൽ തിരികെ നിച്ചെന്റെ വീട്ടിലെത്തി. കുറ്റി
ച്ചലിനെ കണ്ടഉം നിച്ചെൻ അവളെ കെട്ടിപ്പിടിച്ച് സ്വീകരിച്ചു.
വണ്ടിക്കാരന് നിച്ചെനാണ് താൻ അന്വേഷിക്കുന്ന പെൺകുട്ടി
യെന്ന് തിരിച്ചറിയാൻ കഴിഞ്ഞു. ഉടൻ തന്നെ അയാൾ നിച്ചനെ
വണ്ടിയിൽ കയറ്റി യാത്രതിരിച്ചു. നിച്ചെൻ ആ മൃഗത്തിന്റെ മുമ്പിൽ
ഹാജരാക്കപ്പെട്ടു. മൃഗം നിച്ചെനോട് സ്നേഹത്തോടെയാണ് പെര
മാറിയത്. ആ വലിയ കൊട്ടാരസദൃശമായ വീട്ടിൽ അവളെ വളരെ
അന്തസ്സോടെയാണ് വരവേറ്റത്. എങ്കിലും അവൾ ആ മൃഗത്തിനെ
വളരെയധികം ഭയപ്പെട്ടു. പക്ഷേ മറ്റ് വഴികളൊന്നുമില്ലാതിരുന്നതി
നാൽ അവൾ ക്രമേണ ആ സാഹചര്യങ്ങളുമായി പൊരുത്തപ്പെടാൻ
ശ്രമിച്ചു. മനസ്സില്ലാ മനസ്സോടെയാണെങ്കിലും കുറച്ച് ആഹാരം കഴിച്ചു.
അല്പനേരം വിശ്രമിച്ചു. പിന്നീട് രാത്രിയായതോടെ കിടപ്പുമുറിയിൽ
ഒരുക്കിയിരുന്ന ഒരു വലിയ കട്ടിലിൽ കിടന്ന് ഉറങ്ങി.

നേരം വെളുത്ത് ഉണർന്നപ്പോൾ അവൾ കണ്ടത് തന്റെ കൂടെ
കട്ടിലിൽ കിടന്നിരുന്ന ആ ഭയാനകനായ ജന്തുവിനെയാണ്.
അവൾക്ക് പറയാനാകാത്തത്ര വെറുപ്പും ഭയവും തോന്നി. എങ്കിലും
ഒന്നും വെളിയിൽ കാണിക്കുന്നതോ പറയുന്നതോ ശരിയല്ലല്ലോ
എന്ന് തോന്നി. എല്ലാ വികാരങ്ങളും മനസ്സിൽതന്നെ ഒതുക്കി.

പക്ഷേ ഓരോ ദിവസം കഴിഞ്ഞപ്പോഴും അവൾക്ക് ആ ജന്തുവി
നോട്ടുള്ള വെറുപ്പും ഭയവും കുറഞ്ഞു. കുറേശ്ശയായി അവൾ അതിനെ
സ്നേഹിക്കാൻ തുടങ്ങി. അത് തന്റെ അടുത്ത് കട്ടിലിൽ കിടക്ക
മ്പോൾ അവൾ തന്റെ മൃദുവായ കൈവെള്ളകൾ കൊണ്ട് അതിന്റെ
കൈയ്യിലും തലയിലും തടവിക്കൊടുത്തു. അങ്ങനെ ചെയ്യുമ്പോൾ,
അത് അവളോട് കൂടുതൽ ചേർന്ന് കിടക്കും. ചിലപ്പോൾ അവളുടെ
മുഖത്തും നെറ്റിയിലും അത് മൂക്കുവായ് അമർത്തി മുത്തം കൊടുക്കും.
ഒരു ദിവസം അത് അവളോട് ചോദിച്ചു.

"നിച്ചെൻ, നിനക്ക് എന്നെ ഇഷ്ടമാണോ?"
"അതെ"

ആ സംഭാഷണം നടന്ന ദിവസം രാത്രി ആ ജന്തു കിടപ്പറയിലേ
ക്ക് ചെന്നില്ല. രാത്രി മുഴുവൻ അത് എവിടെപ്പോയി എന്നറിയാതെ

നിച്ചൻ അസ്വസ്ഥയായി ഉറങ്ങാതെ കഴിച്ചു. അടുത്തദിവസം പ്രഭാതത്തിൽ അവൾ അവിടെയെല്ലാം തിരഞ്ഞു. അതിന് എന്തു സംഭവിച്ചിരിക്കും? എന്തെങ്കിലും അപകടം. അവൾക്ക് വലിയ ദുഃഖം അനുഭവപ്പെട്ടു. അവളുടെ മനസ്സുനിറയെ അതിനോട് സ്നേഹമായിരു ന്നു എന്ന് അപ്പോളാണ് അവൾക്ക് മനസ്സിലായത്.

അങ്ങനെ തിരഞ്ഞ് ചെന്നപ്പോൾ വീട്ടുമുൻപിലുള്ള ഉദ്യാനത്തിൽ ഒരു ചെറിയ പൊയ്ക്കടുത്ത് അത് കൈകാലുകൾ നീട്ടി നിശ്ചല നായി കിടക്കുന്നത് കണ്ടു. അവൾ ഓടിച്ചെന്ന് അതിനെ തട്ടിവിളിച്ചു. പക്ഷേ അത് മരിച്ചാലെന്നതുപോലെ തികച്ചും നിശ്ചലനായിരുന്നു.

നിച്ചെന് തന്റെ സങ്കടം അടക്കാൻ കഴിഞ്ഞില്ല. അവൾ വാവിട്ട് നിലവിളിച്ചു.

"കൂട്ടുകാരാ. എനിക്ക് നിന്നെ എത്ര ഇഷ്ടമായിരുന്നു? നീയെന്തേ എന്നെ തനിച്ചാക്കി പോയത്?'

അപ്പോൾ ഒരതിശയം നടന്നു. ആ ജന്തു പെട്ടെന്ന് എഴുന്നേറ്റ് നിന്നു. മാത്രമല്ല, എഴുന്നേറ്റ് നിന്നപ്പോൾ അത് വിരൂപിയായ ഒരു മൃഗമായിരുന്നില്ല. മറിച്ച് സുന്ദരനായ ഒരു യുവാവായിരുന്നു. നിച്ചനും വീട്ടിലെ പരിചാരകരും ആ മാറ്റം അതിശയത്തോടെ കണ്ടു. അത് അവർക്കെല്ലാം വലിയ സന്തോഷത്തിന് കാരണമായി. നിച്ചെൻ സങ്കോചത്തോടെയും അതിശയത്തോടെയും ആ യുവാവിനെ നോക്കി നിന്നു.

യുവാവ് നിച്ചെന്റെ കൈപിടിച്ച് സ്വന്തം നെഞ്ചോട് ചേർത്തുവെ ച്ച് പറഞ്ഞു.

"നിച്ചെൻ, നീ എന്നെ ഒരു വലിയ ശാപത്തിൽനിന്നും മോചി പ്പിച്ചിരിക്കുകയാണ്. എന്റെ അച്ഛൻ എനിക്ക് ഇഷ്ടമില്ലാത്ത ഒരു പെണ്ണിനെ വിവാഹം കഴിക്കാൻ എന്നെ നിർബന്ധിച്ചുകൊണ്ടിരുന്നു. ഞാൻ സമ്മതിക്കില്ല എന്ന് ബോധ്യമായപ്പോൾ അച്ഛൻ എന്നോട് ദേഷ്യപ്പെട്ടു; കോപിച്ചു. ഒരു മന്ത്രവാദിനിയുടെ സഹായത്തോടെ എന്നെ ശപിക്കുകയും, അറപ്പിക്കുന്ന വിരൂപിയായ ഒരു മൃഗമാക്കി മാറ്റുകയും ചെയ്തു. ആ രൂപത്തിൽ എന്നെ ഇഷ്ടപ്പെടുന്ന ഒരു കന്യക എനിക്കുവേണ്ടി കണ്ണുനീർ ഒഴുക്കുകയും സങ്കടപ്പെടുകയും എന്നെ സ്നേഹിക്കുകയും ചെയ്യുമ്പോൾ മാത്രമായിരിക്കും ശാപമോക്ഷം കിട്ടു കയെന്നും ഉറപ്പിച്ചു. ഇന്ന് നീ സ്നേഹം നൽകി എന്നെ ശാപത്തിൽ നിന്നും മോചിതനാക്കിയിരിക്കുന്നു. വിരൂപനായിരുന്ന എന്നെ സ്നേഹിക്കാൻ കഴിഞ്ഞ നിന്റെ നല്ല മനസ്സിന് ഞാൻ എന്നും കടപ്പെ ട്ടവനായിരിക്കും."

എല്ലാവരും തികഞ്ഞ അതിശയത്തോടെ ആ കഥ കേട്ടുനിന്നു. അല്പനേരത്തെ നിശ്ശബ്ദതക്കശേഷം ആ യുവാവ് നിച്ചെനോട്

ചോദിച്ചു.

"നിച്ചെൻ, നീ എന്നെ വിവാഹം കഴിക്കുമോ?"

"തീർച്ചയായും."

അവർ അടുത്ത ഒരു മുഹൂർത്തത്തിൽ വിവാഹിതരായി. സന്തോഷ ത്തോടെ ജീവിച്ചു. അതിനിടയിൽ നിച്ചെന്ന് ഭർത്താവ് ഒരു സമ്മാനം നൽകി. സമ്മാനം നൽകിയത് ഒരു നിബന്ധനയോടെ ആയിരുന്നു.

അവളുടെ വിവാഹം നടന്ന നാൾ മുതൽ ഒരു വർഷം തികയുന്ന തുവരെ നിച്ചെൻ യാതൊരു കാരണവശാലും സ്വന്തം വീട്ടിലേക്ക് പോകാൻ പാടില്ല എന്നതായിരുന്നു നിബന്ധന. നിച്ചെന്ന് അത് സ്വീകാര്യവുമായിരുന്നു.

സമ്മാനം എന്തെന്നല്ലേ?

ഒരു കണ്ണാടി. അതിൽ നോക്കിയാൽ നിച്ചെന് സ്വന്തം വീട്ടിൽ നടക്കുന്ന എല്ലാം കാര്യങ്ങളും കാണാൻ കഴിയും. അത് നിച്ചെന് വളരെ ഇഷ്ടപ്പെട്ട സമ്മാനം തന്നെയായിരുന്നു. ഇടയ്ക്കിടക്ക് അവൾ കണ്ണാടിയിൽ നോക്കി വീട്ടിലെ വിശേഷങ്ങൾ അറിയുമായിരുന്നു. തന്റെ അച്ഛൻ ദുഃഖിതനായിരുന്നുവെന്നും അത് തന്നെ ഓർത്തുള്ള ദുഃഖം ആയിരുന്നുവെന്നും നിച്ചെന് അറിയാമായിരുന്നു. കുറിച്ചെല്ലും ദുഃഖിതയായിരുന്നു. അവൾ നിച്ചെന്റെ വേർപാടിൽ വളരെയധികം സങ്കടപ്പെട്ടിരുന്നു എന്ന് മനസ്സിലാക്കാൻ ബുദ്ധിമുട്ടില്ലായിരുന്നു. നിച്ചെന്നും അങ്ങനെ തന്നെയായിരുന്നു.

മറ്റൊരു ദിവസം നിച്ചെൻ കണ്ണാടിയിൽ അവളുടെ അച്ഛൻ രോഗശയ്യയിൽ കിടക്കുന്നത് കണ്ടു. മൂത്ത സഹോദരിമാർ അച്ഛനെ ശ്രദ്ധിക്കാതെ അടുത്ത മുറികളിൽ കൂട്ടുകാരുമൊത്ത് സന്തോഷമായി സമയം ചിലവഴിക്കുകയായിരുന്നു. ആ കാഴ്ചകൾ നിച്ചെനെ വളരെയ ധികം വേദനിപ്പിച്ചു. നിച്ചെൻ ആ വിവരങ്ങളെല്ലാം ഭർത്താവിനോട് പറഞ്ഞു.

"ഓ. അങ്ങിനെയൊ? നീ വിഷമിക്കേണ്ട. നിന്റെ അച്ഛന് ഒന്നും സംഭവിക്കുകയില്ല. നോക്ക് നമ്മുടെ തോട്ടത്തിൽ ഒരു ചെടിയുണ്ട്. അതിന്റെ പാല് കഴിച്ചാൽ മരണശയ്യയിൽ കിടക്കുന്നവരെപ്പോലും രക്ഷിക്കാൻ കഴിയും. അവർക്ക് പൂർണ ആരോഗ്യം തിരികെ കിട്ടും. നിനക്ക് വീട്ടിൽ പോകാൻ വിലക്കിയിരുന്ന ഒരു വർഷം പൂർത്തി യാകാൻ ഇനി കുറച്ചദിവസങ്ങളല്ലേയുള്ളൂ. വർഷം തികഞ്ഞാലുടനെ നമുക്ക് നിന്റെ വീട്ടിൽ പോയി അച്ഛനെ ഇങ്ങോട്ട് കൊണ്ടുവരാം. പിന്നീട് അച്ഛൻ നമ്മുടെ കൂടെ താമസിക്കട്ടെ."

ആ അഭിപ്രായങ്ങൾ നിച്ചെന് പൂർണ സമ്മതമായിരുന്നു. ഒരു വർഷം തികഞ്ഞ ദിവസം തന്നെ അവരെല്ലാം നിച്ചെന്റെ വീട്ടിലേക്ക് യാത്രുതിരിച്ചു. നിച്ചെൻ, നിച്ചെന്റെ ഭർത്താവ്, പരിചാരകനും മറ്റ്

സിൽബന്ധികളും അടങ്ങുന്ന ഒരു ചെറിയ സംഘം അലങ്കരിച്ച ഒരു കുതിരവണ്ടിയിൽ ആർഭാടമായി നിച്ചെന്റെ വീട്ടിലെത്തി. അവരെ ആ നിലയിൽ കണ്ട കുറ്റിച്ചെലിന് പറഞ്ഞറിയിക്കാനാകാത്ത സന്തോഷമായിരുന്നു. അവൾ വീണ്ടും വീണ്ടും നിച്ചെനെ കെട്ടിപ്പി ടിച്ച് മുത്തമിട്ടു. നിച്ചെന്റെ അച്ഛനും വിവരങ്ങളെല്ലാം കേട്ട് വളരെ ധികം സന്തോഷിച്ചു. നിച്ചെന്റെ മൂത്ത രണ്ട് സഹോദരിമാരും പുറമേ സന്തോഷം കാണിച്ചുവെങ്കിലും അസൂയകൊണ്ട് വെന്തുരുകുകയായി രുന്നു. എങ്കിലും നിച്ചെൻ അവരോട് സ്നേഹത്തോടെ പെരുമാറി.

നിച്ചെന്റെയും ഭർത്താവിന്റെയും ക്ഷണം സ്വീകരിച്ച് അവരെല്ലാം അന്ന് വൈകിട്ട് തന്നെ നിച്ചെന്റെ ഭർഗൃഹത്തിലേക്ക് യാത്ര തിരിച്ചു. കുറ്റിച്ചെലിനേയും നിച്ചെൻ നിർബന്ധിച്ച് വണ്ടിയിൽ കയറ്റി. വീട്ടിൽ മടങ്ങിയെത്തിയ നിച്ചെൻ ഉടൻ തന്നെ അച്ഛന് ഭർത്താവ് ഉപദേ ശിച്ചതുപോലെ ഔഷധം കൊടുത്തു. അവിടെയെല്ലാം ചുറ്റിക്കണ്ട കുറ്റിച്ചെലിന് വളരെ സന്തോഷമായി. അവിടത്തെ സൗകര്യങ്ങൾ പ്ര തീക്ഷിച്ചതിനേക്കാൾ വളരെ കൂടുതലായിരുന്നു. അളുകണ്ട നിച്ചെന്റെ മൂത്തസഹോദരികൾ അന്തപ്പെട്ടുപോയി. അസൂയാലുക്കളായ അവർക്ക് നിച്ചെന്റെ ഭാഗ്യം അംഗീകരിക്കാൻ കഴിയുമായിരുന്നില്ല. അവർ രണ്ടുപേരും ആ സൗകര്യങ്ങൾ എങ്ങനെ തങ്ങൾക്ക് സ്വന്തമാ ക്കാമെന്ന് ആലോചിച്ചു. 'ഒരു പക്ഷേ നിച്ചെനെ കൊലപ്പെടുത്തിയാൽ അവളുടെ ഭർത്താവ് തങ്ങളെ വിവാഹം കഴിക്കാൻ സമ്മതിച്ചേക്കാം' എന്ന് അവർ ആഗ്രഹിച്ചു.

കുറച്ച ദിവസങ്ങൾക്കുള്ളിൽ നിച്ചെന്റെ അച്ഛൻ പൂർണ ആരോഗ്യ വാനായി. അദ്ദേഹത്തിന് മകൾക്കുകിട്ടിയ സൗഭാഗ്യങ്ങളെക്കുറിച്ച് അഭിമാനവും സന്തോഷവും ആയിരുന്നു.

മൂത്തസഹോദരികൾ ഒരു ദിവസം ആരുമറിയാതെ, മറ്റാരും ശ്രദ്ധിക്കാൻ സാധ്യതയില്ലാത്ത ഒരു സമയത്ത് കുളിമുറിയിലെ തൊട്ടിയിൽ നിച്ചെനെ മുക്കിക്കൊന്നു. പക്ഷേ പിന്നീട് സംഭവിച്ചത് അവർ ആഗ്രഹിച്ചതിന് തികച്ചും വിപരീതഫലം നൽകിയ ഒരതി ശയമായിരുന്നു.

എങ്ങുനിന്നോ തികച്ചും അപ്രതീക്ഷിതമായി ഉയരമുള്ള ഒരു സ്ത്രീ അവിടെ പ്രത്യക്ഷപ്പെട്ടു. അവർ എല്ലാവരെയും അല്പനേരം ഇറിച്ച നോക്കിനിന്നു. പിന്നീട് ഒരു മാന്ത്രികക്കോലുകൊണ്ട് നിച്ചെന്റെ ദേഹത്ത് തൊട്ടുകൊണ്ട് പറഞ്ഞു.

"മരിച്ചു വെന്ന് നിങ്ങൾ വിശ്വസിക്കുന്ന ഈ നിച്ചെൻ മരിച്ചിട്ടില്ല. ഞാൻ ഇവൾക്ക് വീണ്ടും പഴയ ഉണർവ്വ് നൽകുന്നു.

നിച്ചെൻ, നീ കണ്ണുതുറന്ന് എഴുന്നേൽക്ക്."

നിച്ചെൻ ഉറക്കത്തിൽ നിന്നെന്നതുപോലെ ഉണർന്നു. സാവധാനം

എഴുന്നേറ്റ് നിന്നു. അപ്പോൾ ആ സ്ത്രീ വീണ്ടും പറഞ്ഞു.

"ഈ കൊട്ടാരത്തിലെ രാജകുമാരനെ അവന്റെ അച്ഛന്റെ ആഗ്രഹ പ്രകാരം ഒരു വിരൂപിയാക്കിമാറ്റിയ മാന്ത്രിക ഞാൻ തന്നെയാണ്. നിച്ചെൻ, നിന്റെ നല്ല മനസ്സും പെരുമാറ്റവും എനിക്ക് വളരെയധികം ഇഷ്ടപ്പെട്ടിരിക്കുന്നു. അതുകൊണ്ട് ഈ രാജകുമാരനെ മാന്ത്രിക ശക്തിയിൽനിന്ന് ഞാൻ പൂർണമായും വിമുക്തനാക്കിയിരിക്കുന്നു. ഇനി നിങ്ങൾക്ക് ദീർഘകാലം എല്ലാ സുഖസൗകര്യങ്ങളോട്ടും കൂടി സന്തോഷമായി ജീവിക്കാം."

അല്പം നിർത്തിയിട്ട് അവർ വീണ്ടും പറഞ്ഞു.

"നിച്ചെൻ, നിന്റെ ഈ രണ്ട് സഹോദരിമാരും ചെയ്തത് ക്ഷമ അർഹിക്കാത്ത ക്രൂരതയാണ്. അവർ അഹങ്കാരികളും അസൂയാലുക്ക ളുമാണ്. അവർക്ക് തുടർന്ന് ജീവിക്കാൻ അർഹതയില്ല. ഞാനവർക്ക് മരണ ശിക്ഷ വിധിക്കുന്നു."

അതുകേട്ടതും നിച്ചെൻ അവരോട് കരഞ്ഞപേക്ഷിച്ചു.

"ശരിയാണ്. എന്റെ മൂത്ത സഹോദരിമാർ അഹങ്കാരികളും അസൂ യാലുക്കളുമാണ്. ചെയ്തത് വലിയ തെറ്റുമാണ്. എന്നാലും എനിക്ക വേണ്ടി അവരോട് ഈ പ്രാവശ്യം ക്ഷമിക്കണം."

"ക്ഷമിക്കുകയോ? അത് സാധ്യമല്ല. പക്ഷേ നിനക്കുവേണ്ടി വധശിക്ഷ ഒഴിവാക്കാം. പക്ഷേ ഒരു നല്ല ശിക്ഷതന്നെ, അവർക്ക് കിട്ടണം. ശരി. ഞാനവരെ രണ്ടുപേരെയും ഈ തോട്ടത്തിലെ ഓരോ ഉരുണകളാക്കി മാറ്റാം. ഏതെങ്കിലും സുന്ദരന്മാരായ ചെറുപ്പക്കാർ അവരെ ആ നിലയിൽ കണ്ട് ഇഷ്ടപ്പെട്ട് വിവാഹം കഴിക്കാൻ തയ്യാറാകുകയാണെങ്കിൽ അവർക്ക് ഈ ശാപത്തിൽനിന്ന് മോചനം കിട്ടും. പിന്നെ മറ്റൊരു കാര്യം. ഈ ശാപം നടപ്പാക്കുന്നതോട്ടുകൂടി എന്റെ മാന്ത്രികശക്തികൾ നഷ്ടപ്പെട്ടും."

അത്രയും പറഞ്ഞ് ആ സ്ത്രീ അപ്രത്യക്ഷയായി. ഉടൻ തന്നെ ആ രണ്ട് സഹോദരികളും തോട്ടത്തിലെ ഉരുണകളായി മാറുകയും ചെയ്തു.

നിച്ചെനും, ഭർത്താവും, നിച്ചെന്റെ അച്ഛനും അവിടെ സുഖമായി ജീവിച്ചു. നിച്ചെൻ തന്റെ കൂട്ടുകാരിയായ കുറ്റിച്ചലിനെയും തന്റെ കൂടെ നിർബന്ധിച്ച് താമസിപ്പിക്കുകയും അവൾക്കുവേണ്ട എല്ലാ സുഖസൗകര്യങ്ങളും ഒരുക്കി കൊടുക്കുകയും ചെയ്തു. അവർ എന്നും ആത്മമിത്രങ്ങളായി ജീവിച്ചു.

നീലവെളിച്ചം

പണ്ട് ജർമ്മൻനാട്ടിൽ ജീവിച്ചിരുന്ന ഒരു രാജാവിനോടൊപ്പം യുദ്ധകാലത്തും സമാധാനകാലത്തും ഒരുപോലെ വിശ്വസ്ത മായി ജോലി ചെയ്തിരുന്ന ഒരു ഭടന്റെ കഥയാണ്ഇത്. ഒരു പ്രത്യേക യുദ്ധത്തിൽ തനിക്കേറ്റ മാരകമായ മുറിവുകൾ കാരണം തുടർന്ന് ജോലിചെയ്യാൻ അയാൾക്ക് കഴിയാതെയായി. അതുകാരണം രാജാവ് അയാളെ വിളിച്ചു പറഞ്ഞു.

"ഹേ മനുഷ്യാ, നിനക്ക് ഇനി നിന്റെ വീട്ടിലേക്ക് തിരികെ മടങ്ങാം. ജോലിചെയ്യാൻ കഴിയാത്ത നിന്നെ എനിക്കിനി ആവശ്യ മില്ല. ഇനി മുതൽ നിനക്ക്ഇവിടെനിന്നും ശമ്പളമോ മറ്റ് ആനുകൂല്യ ങ്ങളോ ഒന്നും കിട്ടുകയില്ല. അതുകൊണ്ട് ഉടനേ പോയ്ക്കോ"

എന്തുചെയ്യണമെന്നറിയാതെ, കയ്യിൽ ഒന്നുമില്ലാതെ ആ പാവം ഭടൻ തന്റെ ഗ്രാമം നോക്കി ഉദാസീനനായി നടന്നു.

നേരം വൈകി ഇരുട്ടാകാൻ തുടങ്ങിയപ്പോഴേക്കും അയാൾ ഒരു വനപ്രദേശത്തിനടുത്ത് എത്തിയിരുന്നു. ഇരുട്ടായി തുടങ്ങിയപ്പോൾ കുറച്ചൂടരെ ഒരു വെളിച്ചം കണ്ടു. അയാൾ വെളിച്ചം കണ്ട സ്ഥലത്തേ ക്ക് നടന്നു. എത്തിച്ചേർന്നത് ഒരു ചെറിയ കുടിലിൽ ആയിരുന്നു. അവിടെ താമസിച്ചിരുന്നത് ഒരു കിഴവിയായിരുന്നു.

അയാൾ അവരോട് അഭ്യർത്ഥിച്ചു.

"ദയവായി എനിക്ക് അല്പം ആഹാരവും ഇന്ന് രാത്രി ഇവിടെ താമസിക്കാൻ അനുവാദവും തരണം. ഇല്ലെങ്കിൽ ഞാൻ മരിച്ചപോ കും. എന്നോട് അല്പം ദയകാണിക്കണം."

"ഓഹോ. അങ്ങനെയോ. ഒളിച്ചോടിപ്പോകുന്ന ഭടന്മാർക്ക് യാതൊരു സഹായവും ചെയ്യാൻ പാടില്ല എന്നല്ലേ? എങ്കിലും സാരമില്ല. ഞാൻ നിന്നോട് ദയവു കാണിക്കും. ഭക്ഷണവും താമ സിക്കാൻ അനുവാദവും തരാം പക്ഷേ ഞാൻ പറയുന്നതെല്ലാം നീ ചെയ്യണം. എന്താ സമ്മതമാണോ?"

"ഞാനെന്താണ് ചെയ്യേണ്ടത്. പറഞ്ഞാല്ലും."

"നാളെ നീ എന്റെ പൂന്തോട്ടം കിളച്ച് വൃത്തിയാക്കണം."

"ശരി എനിക്ക് സമ്മതം." അങ്ങനെ അയാൾ ആഹാരം കഴിച്ച് ആ രാത്രി അവിടെ കിടന്നുറങ്ങി. അടുത്തദിവസം ആ സ്ത്രീയുടെ നിർദ്ദേശമനുസരിച്ച് അയാൾ വിശ്വസ്ഥതയോടെ അദ്ധ്വാനിച്ചു. പക്ഷേ ഒരു ദിവസം കൊണ്ട് പണി തീർന്നില്ല. വൈകിട്ട് ആ കിഴവി അയാളോട് പറഞ്ഞു.

"പണിതീർന്നില്ല. അല്ലേ. സാരമില്ല. നിങ്ങൾക്ക് സമ്മതമാണെ ങ്കിൽ ബാക്കി ജോലി നാളെചെയ്താൽ മതി. ഞാൻ നിങ്ങൾക്ക് ഇന്നും ഇവിടെ താമസിക്കാൻ അനുവാദം തരാം. ഭക്ഷണവും തരാം. പക്ഷേ, ഇന്നത്തെ ജോലി തീർക്കുന്നതിന് പുറമേ നാളെ എനിക്ക് കുറച്ച് വിറക് വെട്ടിത്തരുകയും വേണം."

"ഓ. എനിക്ക് സമ്മതം." അയാൾ പറഞ്ഞു.

അങ്ങനെ അന്നും അവിടെ താമസിച്ച അയാൾ അടുത്തദിവസം കാലത്ത് തന്റെ പണി പുനരാരംഭിച്ചു. വൈകാറായപ്പോഴേക്കും പണി തീർക്കുകയും ചെയ്തു. ആ കിഴവി അയാളോട് അന്നുവൈകിട്ടും പറഞ്ഞു.

"ഇന്ന് താൻ തന്റെ പണിമുഴുവനും തീർത്തല്ലൊ. വിരോധമില്ലെ ങ്കിൽ ഇന്നുകൂടി ഇവിടെ താമസിച്ച് നാളെ എന്നെ മറ്റൊരു ജോലി ക്കുകൂടി സഹായിച്ചിട്ട് പോകാം."

"വിരോധമില്ല." അയാൾ പറഞ്ഞു. അന്നും അയാൾ അവിടെ താമസിച്ചു. അടുത്ത ദിവസം രാവിലെ കിഴവി അയാളോട് പറഞ്ഞു.

"ഇന്നത്തെ ജോലി അത്ര ബുദ്ധിമുട്ടുള്ളതല്ല. അധികസമയവും വേണ്ടിവരുകയില്ല."

"ഞാൻ തയ്യാറാണ്. ജോലി എന്താണെന്ന് പറഞ്ഞാല്യം."

അവർ അയാളെ വീടിന് പിൻപുറമുള്ള ഒരു പാഴടഞ്ഞ കിണറിന്റെ അരുകിലേക്ക് കൂട്ടിക്കൊണ്ടുപോയി. ആ കിണറ് കാണിച്ചിട്ട് പറഞ്ഞു.

"നോക്കൂ. എന്റെ ഒരു ടോർച്ച് ഈ കിണറ്റിൽ അബദ്ധത്തിൽ വീണുപോയി. അത് എടുക്കാൻ എന്നെ ഒന്ന് സഹായിക്കണം."

"ഓ. തീർച്ചയായും."

അവർ നേരത്തെ കരുതിവെച്ചിരുന്ന ഒരു നീണ്ട കയർ അയാളുടെ കയ്യിൽ കൊടുത്തു. എന്നിട്ട് പറഞ്ഞു.

"നിങ്ങൾ ഈ കയറിന്റെ അറ്റം അരയിൽ കെട്ടിയിട്ട് കിണറ്റി ലേക്ക് ഇറങ്ങുക. മറ്റേ അറ്റത്ത് ഞാൻ പിടിച്ചുകൊണ്ട് കുറേശ്ശയായി കയർ താഴേക്ക് ഇറക്കാം. അപ്പോൾ ബുദ്ധിമുട്ടാതെ നിങ്ങൾക്ക് കിണറിന്റെ അടിയിൽ എത്താൻ കഴിയും. എന്റെ ടോർച്ച് തേടി യെടുത്താൽ, ഞാൻ കയറ് കുറേശ്ശയായി മേലോട്ട് എടുക്കാം.

അങ്ങിനെ നിങ്ങൾക്ക് യാതൊരു വിഷമവും ഇല്ലാതെ തിരികെ മുകളിൽ എത്താനും കഴിയും. അയാളും ആ പദ്ധതി ശരിയാണെന്ന് സമ്മതിച്ചു. എല്ലാം ആ കിഴവി പറഞ്ഞതുപോലെ നടന്നു. അയാൾ ടോർച്ച് തേടി കണ്ടുപിടിച്ചു.

"ടോർച്ച് കിട്ടി ഇനി കയറ് മുകളിലേക്ക് വലിച്ചോളൂ. ഞാൻ കയറിൽ പിടിച്ച് മുകളിലെത്താം" അയാൾ ഉച്ചത്തിൽ വിളിച്ചു പറഞ്ഞു.

"ശരി"

അങ്ങനെ അവർ കുറേശ്ശെയായി കയർ മുകളിലേക്ക് വലിച്ചു. അയാൾ ഏതാണ്ട് കയ്യെത്തുന്ന അത്ര അടുത്തായപ്പോൾ ആ സ്ത്രീ കിണറ്റിലേക്ക് കുനിഞ്ഞ് കൈ നീട്ടിപിടിച്ചുകൊണ്ട് പറഞ്ഞു.

"ടോർച്ച് ഇങ്ങുതാ. വേഗം." അത് കേട്ടപ്പോൾ അയാൾക്ക് സംശയം തോന്നി.

'ടോർച്ച് കൊടുത്താൽ ഇവർ എന്നെ ചതിക്കുമോ?' അയാൾ പറഞ്ഞു.

"എന്നെ മുകളിലേക്ക് കയറ്റൂ. മുകളിൽ കയറിയാല്യടനെ ഞാൻ ടോർച്ച് തരാം."

"വേണ്ടാ. വേണ്ട. ആദ്യം ടോർച്ച് താ. പിന്നെ നിന്നെ വലിച്ച കയറ്റാം."

"അത് ശരിയാകത്തില്ല. ആദ്യം എന്നെ വലിച്ചുകയറ്റ്. അതു കഴിഞ്ഞ് ടോർച്ച്?" ആ സ്ത്രീയുടെ ഭാവമാറ്റം അയാൾ ശ്രദ്ധിച്ചു. കുപിതയായ അവരുടെ മുഖം കണ്ടപ്പോളാണ് അയാൾക്ക് ആ സത്യം മനസ്സിലായത്. അവർ ഒരു മനുഷ്യസ്ത്രീയെപ്പോലെ പെരു മാറുകയും സംസാരിക്കുകയും ചെയ്യുവെങ്കിലും വാസ്തവത്തിൽ അവർ ഒരു യക്ഷിയായിരുന്നു.

"എന്താ നീ പറഞ്ഞത്? നീയെന്നെ ധിക്കരിക്കുന്നോ? ആദ്യം ടോർച്ച് എന്റെ കയ്യിൽ താ. പിന്നെ നിന്നെ കിണറിന് വെളിയിൽ കൊണ്ടുവരും. മനസ്സിലായോ?" അയാളും വിട്ടുകൊടുത്തില്ല.

"ഇല്ല. കിണറിന് വെളിയിൽ ഞാൻ നിലത്ത് നിന്നതിനുശേഷം മാത്രം ടോർച്ച്."

"ഓ അങ്ങനെയോ? എങ്കിൽ നീ അനുഭവിച്ചോ."

അത്രയും പറഞ്ഞ് അവർ ആ കയറിൽനിന്നും പിടിവിട്ടു. അയാൾ കിണറ്റിലേക്ക് വീണു. വീഴ്ച അയാളെ ക്ഷീണിപ്പിച്ചുകഴിഞ്ഞു. എല്ലു കളെല്ലാം നുറങ്ങിയതുപോലെ വേദനയെടുത്തു. കുറേ നേരത്തേക്ക് ആ ആഴത്തിൽനിന്ന് പുറത്തുവരാൻ കഴിഞ്ഞില്ല. അല്പസമയം ഉറങ്ങിപ്പോയി. പിന്നീട് വേദന അല്പം ശമിച്ചപ്പോൾ. 'ഇനി എങ്ങ നെയാണ് കിണറ്റിൽനിന്നും പുറത്ത് കടക്കുക; പ്രത്യേകിച്ചും താൻ

വഞ്ചിക്കപ്പെട്ടിരിക്കുന്ന അവസ്ഥയിൽ എന്ന് ആലോചിച്ചിരിക്ക
മ്പോൾ ഒരു ബീഡി വലിച്ചാൽ കൊള്ളാമെന്ന് അയാൾക്ക് തോന്നി.
പോക്കറ്റിൽ തപ്പിയപ്പോൾ നല്ലകാലത്തിന് ഒരു ബീഡി ഉണ്ടായിരു
ന്നു. ബീഡിയെടുത്ത് വായിൽ പിടിപ്പിച്ചപ്പോഴാണ്, തന്റെ പക്കൽ
തീപ്പെട്ടിയില്ലെന്ന കാര്യം ഓർത്തത്. അല്പനേരം വിഷണ്ണനായി
ഇരുന്ന അയാൾക്ക് ഒരു ബുദ്ധി തോന്നി. ആ ടോർച്ചിന്റെ വെളി
ച്ചത്തിൽ ബീഡി കുറേനേരം പിടിച്ചുനോക്കിയാലോ? ഒരു പക്ഷേ
ബീഡി കത്തിയാൽ! പണ്ട് സൂര്യപ്രകാശം കൊണ്ട് ഒരു ചെറിയ
ഭൂതക്കണ്ണാടിയുടെ സഹായത്തോടെ തീയുണ്ടാക്കിയത് അയാൾ
ഓർത്തു. ആ ഉപായം അയാൾ പ്രയോഗിച്ചനോക്കി. കുറച്ചുനേരം
ടോർച്ചിന്റെ മുമ്പിൽ ബീഡി കാണിച്ചപ്പോൾ ബീഡി പുകയാൻ
തുടങ്ങി.

പക്ഷേ തികച്ചും അപ്രതീക്ഷിതമായ മറ്റൊന്നുകൂടി സംഭവിച്ചു.
ബീഡിയിൽ നിന്ന് വന്ന പുക ഉരുണ്ടുകൂടി മനുഷ്യാകാരം പൂണ്ട ഒരു
കള്ളൻ അയാളുടെ മുമ്പിൽ പ്രത്യക്ഷപ്പെട്ടു.

"യജമാനനേ, എന്താണ് അടിയൻ ചെയ്യേണ്ടതെന്ന് കല്പിച്ചാലും"
കള്ളൻ അയാളോട് വിനയത്തോടെ പറഞ്ഞു. ഇതെല്ലാം കണ്ട ആ
വിമുക്തഭടൻ അമ്പരന്നുപോയി. അയാൾ ചോദിച്ചു.

"നീ ആരാണ്? നിന്നോട് എന്തെങ്കിലും പറയേണ്ട കാര്യം എനി
ക്കില്ലല്ലോ?"

"അങ്ങിനെയല്ല യജമാനൻ. ഞാൻ ഈ ടോർച്ചിൽ അടയ്ക്കപ്പെട്ട
ഭൂതമാണ്. അങ്ങ് എപ്പോൾ ഇതിന്റെ നീലവെളിച്ചം ഉപയോഗി
ച്ച് പുകയുണ്ടാക്കിയാലും ഞാൻ അപ്പോൾ അങ്ങയുടെ മുമ്പിൽ
ആഗതനാകും. അങ്ങ് ആജ്ഞാപിക്കുന്ന എന്തും അങ്ങയ്ക്ക് വേണ്ടി
ചെയ്യുകയും ചെയ്യും. ഞാൻ അങ്ങയുടെ സേവകനാണ്."

"ഓ. അങ്ങനെയോ. എങ്കിൽ നീ എന്നെ എത്രയും വേഗം ഈ
കിണറ്റിൽ നിന്നും വെളിയിൽ കൊണ്ടുപോകു."

"ശരി. അങ്ങനെയാകട്ടെ. അങ്ങ് എന്റെ കയ്യിൽപിടിച്ച് നടന്നു
കൊള്ളുക. അല്പനിമിഷങ്ങൾക്കുള്ളിൽ നമ്മൾ കിണറിന് വെളിയിൽ
എത്തിയിരിക്കും."

അയാൾ കള്ളന്റെ കൈപിടിച്ച് നടക്കാൻ തുടങ്ങി. കിണറിന്റെ
അടിയിൽ ഉണ്ടായിരുന്ന ഒരു ഗുഹാമുഖത്തിനുള്ളിൽ പ്രവേശിച്ച
അവർ കുറേദൂരം നടന്ന് കിണറിന് വെളിയിൽ എത്തി. മാത്ര
മല്ല, നടക്കുന്നതിനിടയിൽ ഗുഹയുടെ പാർശ്വഭാഗങ്ങളിലായി
യക്ഷി ശേഖരിച്ചുവെച്ചിരുന്ന വിലമതിപ്പില്ലാത്ത സ്വത്തും കള്ളൻ
അയാൾക്ക് കാണിച്ചുകൊടുത്തു.

കിണറിന് വെളിയിൽ എത്തിയ ഭടൻ ഭൂതത്തിനോട് പറഞ്ഞു.

"നീയിപ്പോൾ ആ യക്ഷിയെ പിടിച്ചുകെട്ടി തീയിക്ക് ഇരയാ
ക്കണം."

"അത് ഉടനെ ചെയ്യാം."

ആ സമയത്ത് വളരെ ക്രുദ്ധയായി ഒരു കൊടുങ്കാറ്റുപോലെ
അവിടെയെത്തിയ യക്ഷിയെ ഭൂതം പിടിച്ചുകെട്ടി തീവെച്ച് കൊന്നു.
അതുകണ്ട ഭടൻ ഭൂതത്തിനോട് പറഞ്ഞു.

"ശരി, ഇനി നീ തല്ലാലം പൊയ്ക്കോ. പക്ഷേ വിളിക്കുമ്പോൾ
വരണം. ഞാനല്പനേരം ഇവിടെയിരുന്ന് ഇനി എന്താണ് ചെയ്യേ
ണ്ടത് എന്ന് ആലോചിക്കട്ടെ."

"ശരി. അങ്ങനെയാകട്ടെ. പക്ഷേ, യജമാനനൻ എന്നെ വിളിക്ക
മ്പോൾ നീലവെളിച്ചം ഉപയോഗിച്ച് പുകയുണ്ടാക്കാൻ മറക്കരുത്"

"ശരി"

പിന്നീട് അയാൾ രാജാവ് താമസിച്ചിരുന്ന നഗരത്തിലേക്കുത
ന്നെ മടങ്ങി. അവിടെയുള്ള ഏറ്റവും പ്രസിദ്ധിപെറ്റ ഒരു നക്ഷത്രഹോ
ട്ടലിൽ സമൃദ്ധമായി അലങ്കരിച്ച ഒരു മുറി വാടകയ്ക്ക് എടുത്തു. കൂടാതെ
ഏറ്റവും ആധുനിക രീതിയിൽ ഇന്നിയ വിലകൂടിയ വസ്തുങ്ങൾ വാങ്ങി
ധരിച്ചു. പിന്നീട് അയാൾ നീലവെളിച്ചം ഉപയോഗിച്ച് പുകയുണ്ടാക്കി
ഭൂതത്തിനെ വിളിച്ചു. ഭൂതം പ്രത്യക്ഷപ്പെട്ട് ചോദിച്ചു.

"യജമാനൻ, കല്പിച്ചാലും."

"ഇവിട്ടത്തെ രാജാവ് എന്നോട് വളരെ ക്രൂരമായിട്ടാണ് പെരുമാ
റിയത്. അയാളെ ഒരു പാഠം പഠിപ്പിക്കണം."

"എന്നെക്കൊണ്ട് എങ്ങനെ സഹായിക്കാൻ കഴിയും എന്ന്
പറഞ്ഞാലും. ഞാൻ തയ്യാറാണ്."

"ഇപ്പോൾ ഇവിട്ടത്തെ രാജാവിന്റെ മകൾ ഉച്ചയുറക്കത്തിലായി
രിക്കും. നീ പോയി രാജകുമാരിയെ എടുത്ത് ഇവിടെയെത്തിക്കണം.
അവൾ ഇവിടെ വന്ന് എനിക്ക് ദാസിപ്പണികൾ ചെയ്യട്ടെ."

"ശരി. അങ്ങനെയാകട്ടെ. എനിക്ക് ഇത് നിസ്സാരമായ
പണിയാണ്. പക്ഷേ ഒരു കാര്യം, അങ്ങയ്ക്ക് ഇത് എത്ര സുഖം
തന്നെന്ന് വരികയില്ല. പ്രത്യേകിച്ചും രാജാവ് അറിഞ്ഞുകഴിയു
മ്പോൾ"

"അതൊന്നും സാരമില്ല. ഞാനെന്തിനും തയ്യാറാണ്. ആ
രാജാവിനെ ഒരു പാഠം പഠിപ്പിക്കണം. അതെന്റെ ഒരു വാശിയാണ്.
നീ പോയി അവളെ ഉടനെ ഇവിടെയെത്തിക്ക്." അല്പനിമിഷങ്ങൾ
ക്കുള്ളിൽ ഭൂതം രാജകുമാരിയെ അവിടെ എത്തിച്ചു. ഉറക്കം ഉണർന്ന
ആ കുമാരി എന്തെങ്കിലും പറയുന്നതിന് മുൻപ് അയാൾ പറഞ്ഞു.

"നീയാണ് ആ ദുഷ്ടനായ രാജാവിന്റെ മകൾ. അല്ലേ? ഇതാ
നോക്ക്. ഇപ്പോൾ നീ എന്റെ ദാസിയാണ്. ഞാൻ പറയുന്നതെല്ലാം

മറ്റൊന്നും പറയാതെ ചെയ്യകൊള്ളണം. മനസ്സിലായോ.” അത്രയും പറഞ്ഞിട്ട് അയാൾ കാലിൽ കിടന്ന ഷൂസ് ഊരി അവളുടെ നേരെ ഇട്ടുകൊടുത്തുകൊണ്ട് വീണ്ടും പറഞ്ഞു.

“നിന്റെ ആദ്യത്തെ ജോലി എന്റെ ഷൂസ് വൃത്തിയാക്കി ഇടച്ചുവെയ്ക്കുകയാണ്. ഉം. വേഗം ചെയ്യ്.”

തികച്ചും ഭയന്നുപോയ അവൾ യാതൊരെതിർപ്പും പറയാതെ അയാൾ പറഞ്ഞ ജോലികളെല്ലാം ചെയ്തു. മേശപ്പറവും മുറിയും ഇടച്ച് വൃത്തിയാക്കുക; അവിടെയുമിവിടെയുമായി കിടന്നിരുന്ന അയാളുടെ ഇണികൾ വൃത്തിയാക്കി മടക്കി അട്ടുക്കി വെയ്ക്കുക. അങ്ങനെ പല ജോലികളും.

വെളുപ്പിന് കോഴികൂവുന്ന സമയമായപ്പോൾ ഭൂതം അവളെ തിരികെ കൊട്ടാരത്തിലെ കിടക്കയിൽ കൊണ്ടെക്കിടത്തി. അല്പ സമയം കഴിഞ്ഞ് ഉണർന്ന അവൾക്ക് വളരെയധികം ക്ഷീണം അനുഭവപ്പെട്ടു.

അവൾ അവളുടെ അച്ഛനോട് പറഞ്ഞു.

“അച്ഛാ. ഇന്നലെ രാത്രി ഞാൻ ഒരു സ്വപ്നം കണ്ടു. വളരെ ഭയനാ കമായ ഒരു സ്വപ്നം”

“എന്താ കേൾക്കട്ടെ”

രാജാവ് ആകാംക്ഷയോടെ ചോദിച്ചു. എന്നെ ഇന്നലെ രാത്രി ആരോകടത്തിക്കൊണ്ടുപോയി എന്നും ഏതോ ഒരാൾ എന്നോട് വളരെ ക്രൂരമായി പെരുമാറിയെന്നും എന്നെക്കൊണ്ട് പല കഠിന ജോലികളും ചെയ്യിച്ചു എന്നുമെല്ലാം ഞാൻ സ്വപ്നം കണ്ടു. അത് വെറും സ്വപ്നം ആയിരുന്നുവെങ്കിലും വാസ്തവത്തിൽ ജോലി ചെയ്തിരുന്നവെ ങ്കിൽ എന്നതുപോലെ എന്റെ ദേഹമെല്ലാം ഇപ്പോഴും വേദനിക്കുന്നു.”

അതുകേട്ട അവളുടെ അച്ഛൻ അല്പം വിഷാദഗ്രസ്ഥനായി ആലോ ചനയിൽ മുഴുകിയതായി രാജകുമാരിക്ക് തോന്നി. അവൾ അച്ഛനെ സമാധാനിപ്പിച്ചു.

“അച്ഛാ. സാരമില്ല. അത് വെറും സ്വപ്നം മാത്രമായിരുന്നല്ലോ.”

“അങ്ങനെയല്ല മകളെ. നിന്റെ സ്വപ്നം ഒരു യഥാർത്ഥ സംഭവം ആയിരുന്നിരിക്കാനും സാധ്യതയുണ്ട്. പ്രത്യേകിച്ചും യക്ഷികളും മറ്റും ധാരാളമുള്ള ഈ നാട്ടിൽ.” അല്പം ആലോചിച്ചതിനുശേഷം അദ്ദേഹം വീണ്ടും പറഞ്ഞു.

“ഞാൻ നിനക്ക് ഒരുപദേശം തരാം. ശ്രദ്ധിച്ച് കേൾക്കണം. ഇന്ന് രാത്രി ഉറങ്ങാൻ പോകമ്പോൾ നീ നിന്റെ കുപ്പായത്തിൽ കുറേയധികം എള്ള് വാരിനിറയ്ക്കണം. മാത്രമല്ല. കുപ്പായത്തിൽ എള്ള് പോകുന്നതുപോലെ ഒരു ചെറിയ ഓട്ടയും ഉണ്ടാക്കണം. എന്തിനാ ണെന്നല്ലേ? ഇന്നലത്തെപ്പോലെ ഇന്നും നിന്നെ എടുത്തുകൊണ്ട്

പോകുകയാണെങ്കിൽ എള്ള് വീഴുന്നവഴി നോക്കി നമുക്ക് കുറ്റക്കാരെ നാളെ കണ്ടുപിടിക്കാം."

"അങ്ങനെചെയ്യാം. അച്ഛാ."

രാജാവ് മകൾക്ക് നൽകിയ ഉപദേശം അദൃശ്യനായി ഒളിഞ്ഞു നിന്ന് കേട്ട കള്ളനെ ആരും കണ്ടില്ല.

അന്നരാത്രിയും കള്ളൻ രാജകുമാരിയെ ഇക്കിയെടുത്ത് യജമാന ന്റെ അടുത്ത് എത്തിച്ചു. അന്നും അവൾക്ക് കഠിനമായ ദാസിവേല ചെയ്യേണ്ടിവന്നു.

അടുത്തദിവസം രാവിലെ അവൾ നടന്ന കാര്യങ്ങളെല്ലാം അച്ഛനോട് വിവരിച്ചു. രാജാവ് തന്റെ ഭൃത്യന്മാരെ വിളിച്ച് എള്ള് വീണിട്ടുള്ള വഴിയിൽക്കൂടി നടന്ന് കുറ്റവാളിയെ തേടിപ്പിടിക്കുവാൻ ആജ്ഞാപിച്ചു. പക്ഷേ കുറെനേരത്തെ അന്വേഷണത്തിനശേഷം വിഷണ്ണരായി മടങ്ങിയെത്തിയ ഭടന്മാർ രാജാവിനെ അറിയിച്ചു.

"പ്രഭോ. ഇന്നലെ രാത്രി എല്ലാ വഴികളിലും എള്ളമഴ പെയ്തുവെന്ന് തോന്നുന്നു."

അതുകേട്ട രാജാവിന് കാര്യം ബോധ്യമായി. അദ്ദേഹം മകളോട് മറ്റാരും കേൾക്കാത്തവിധം രഹസ്യമായി ഉപദേശിച്ചു.

"മോളേ, ഇന്ന് ഉറങ്ങാൻ പോകുമ്പോൾ നിനക്കുവേണ്ടി പ്രത്യേ കമായി ഉണ്ടാക്കിയ ഒരു ജോഡി ചെരുപ്പിൽനിന്ന് ഒരെണ്ണം നിന്റെ കുപ്പായക്കീശയിൽ ഭദ്രമായി സൂക്ഷിക്കണം. അവിടെ ജോലിയെല്ലാം തീർത്ത് ഉറങ്ങാൻ കിടക്കുന്ന സമയത്ത് ആരും കാണാതെ ആ ചെരുപ്പ് കിടക്കയുടെ അടിയിൽ ഒളിപ്പിച്ചു വെയ്ക്കണം. മനസ്സിലായ ല്ലോ."

"ശരി, അങ്ങനെ ചെയ്യാം."

അന്നും അവൾക്ക് ദാസിവേല ചെയ്യേണ്ടിവന്നു. പക്ഷേ കിടക്കുന്ന സമയത്ത് അച്ഛൻ നിർദ്ദേശിച്ചതുപോലെ ചെരുപ്പ് ഒളിച്ചുവെയ്ക്കാൻ അവൾ മറന്നില്ല.

അടുത്ത പ്രഭാതത്തിൽ രാജാവ് തന്റെ ഭടന്മാരോട് ആ നഗരത്തിലെ എല്ലാം കെട്ടിടങ്ങളിലും ഒരു മിന്നൽപരിശോധന നടത്താനും മകളുടെ ചെരുപ്പ് ഒളിപ്പിച്ചുവെച്ചിരിക്കുന്ന ഇടം തേടി കണ്ടുപിടിക്കാനും ആജ്ഞാപിച്ചു. ഈ വിവരമൊന്നും അറിയാതെ തന്നെ ആ വിമുക്തഭടൻ കള്ളന്റെ ഉപദേശ പ്രകാരം നഗരം വിടാൻ തീർച്ചയാക്കി; വാടകമുറി തിരികെ നൽകിയാത്രയും തിരിച്ചു. പക്ഷേ രാജഭടന്മാർ വളരെ വേഗം ചെരുപ്പ് ഒളിപ്പിച്ചുവെച്ചിരുന്ന സ്ഥലം കണ്ടുപിടിക്കുകയും, ഹോട്ടൽ ഉടമയുടെ സഹായത്തോടെ അയാളെ തേടിപ്പിടിക്കുകയും ചെയ്തു. രാജാവിന്റെ മുമ്പിൽ ഹാജരാക്കപ്പെട്ട അയാൾ താൻ രാജകുമാരിയെ പീഡിപ്പിച്ച എന്ന കുറ്റം സമ്മതിച്ചു.

അയാൾ ജയിലിൽ അടയ്ക്കപ്പെട്ടു. മാത്രമല്ല അടുത്ത ദിവസം അയാളെ പൊതുസ്ഥലത്തുവെച്ച് ശിരച്ഛേദം ചെയ്യുവാനും രാജാവ് കല്പിച്ചു.

താൻ ഹോട്ടൽ മുറി വിട്ട് ഇറങ്ങിയപ്പോൾ ടോർച്ച് എടുക്കാൻ മറന്നുപോയി എന്ന് അപ്പോഴാണ് അയാൾ ഓർത്തത്. ടോർച്ചി ല്ലാതെ കള്ളനെ സഹായത്തിന് വിളിക്കാൻ കഴിയുകയില്ലല്ലോ. അയാൾ ജയിലിൽ കണ്ട തന്റെ ചില പരിചയക്കാരെ വിളിച്ച് അഭ്യർത്ഥിച്ചു.

"ചങ്ങാതിമാരേ, നിങ്ങളെനിക്ക് ഒരു സഹായം ചെയ്യണം. നാളെ ഞാൻ വധശിക്ഷക്ക് വിധിക്കപ്പെട്ടിരിക്കുകയാണ്. അതുകൊണ്ട് നിസ്സഹായനായ എനിക്ക് നിസ്സാരമായ ഈ ഒരുപകാരം ചെയ്യൂ."

"എന്താ, എന്തുപകാരമാ ഞങ്ങൾ ചെയ്യേണ്ടത്?"

"ഞാൻ താമസിച്ചിരുന്ന ഹോട്ടൽ മുറിയിൽ ഒരു ചെറിയ സഞ്ചി മറന്നുവെച്ചപോന്നു. ദയവുചെയ്ത് അവിടെപ്പോയി ആ സഞ്ചി എനിക്ക് കൊണ്ടുവന്ന തരണം. ഒരു പക്ഷേ ആ സഞ്ചി എനിക്ക് തക്കസമയത്ത് കിട്ടിയാൽ എനിക്ക് എന്റെ നിരപരാധിത്വം തെളി യിക്കാനും മരണശിക്ഷയിൽ നിന്ന് മോചിതനാകാനും കഴിഞ്ഞു എന്നുവരും. അതുകൊണ്ട് ദയവായി സഹായിക്കണം. മാത്രമല്ല, പ്ര ത്യുപകാരമായി സഞ്ചികൊണ്ടുവന്ന് തരുന്നയാളിന് ഞാൻ ധാരാളം സ്വർണ്ണനാണയങ്ങൾ തരുന്നതാണ്."

അതിലൊരാൾ അല്പം ശ്രമപ്പെട്ടിട്ടാണെങ്കില്യം അയാൾക്ക് സഞ്ചി എത്തിച്ചുകൊട്ടു. അയാൾ സഞ്ചിയിൽ നിന്നും ടോർച്ച് എടുത്തു. അതില്യണ്ടായിരുന്ന സ്വർണ്ണനാണയങ്ങൾ മുഴുവനും സഞ്ചികൊണ്ടു വന്ന കൊടുത്തയാളിന് നൽകി.

അടുത്തദിവസം രാജഭടന്മാർ അയാളെ ശിരച്ഛേദത്തിനായി നിർണയിച്ചിരുന്ന പൊതുസ്ഥലത്തേക്ക് കൊണ്ടുപോയി. രാജാവും അവിടെ എത്തിയിരുന്നു. അയാൾ തലകുനിച്ച് കൂപ്പുകൈയോടെ രാജാവിനോട് അപേക്ഷിച്ചു.

"രാജൻ, എല്ലാ കുറ്റവാളികൾക്കും മരണശിക്ഷ നിറവേറ്റുന്നതിന് മുൻപ് അവരവരുടെ അവസാന ആഗ്രഹം നിറവേറ്റാൻ ഒരവസരം കൊട്ടക്കാറുണ്ടല്ലോ. അങ്ങ് എന്റെ അവസാന ആഗ്രഹം നിറവേറ്റാൻ ഒരവസരം നൽകുകയില്ലേ?"

"എന്താണ് നിന്റെ അവസാനത്തെ ആഗ്രഹം. കേൾക്കട്ടെ."

"എന്റെ കൈയ്യില്യുള്ള ഒരു ബീഡിവലിക്കാൻ എന്നെ അനുവദി ക്കണം. എന്റെ കൈയ്യില്യുള്ള ടോർച്ചകൊണ്ട് ഞാൻ തന്നെ ബീഡി കത്തിച്ചുകൊള്ളാം."

രാജാവ് ഉച്ചത്തിൽ ചിരിച്ചുകൊണ്ട് പറഞ്ഞു.

"ഇത്രയേയുള്ളോ നിന്റെ ആഗ്രഹം. നടക്കട്ടെ. നടക്കട്ടെ."

അയാൾ സാവധാനം ബീഡി നീലവെളിച്ചം ഉപയോഗിച്ച് കത്തി
ക്കുകയും ചെയ്തു. ബീഡിയിൽ നിന്ന് പുകവരാൻ തുടങ്ങിയപ്പോൾ
കുള്ളൻ അയാളുടെ മുമ്പിൽ പ്രത്യക്ഷപ്പെട്ടു. അയാൾ സമയം
കളയാതെ കുള്ളനോട് ആജ്ഞാപിച്ചു.

"ഒട്ടും താമസിപ്പിക്കാതെ ഈ ഭടന്മാരെയെല്ലാം വധിക്കുക.
രാജാവിനെ ബന്ധനസ്ഥനാക്കി എന്റെ മുമ്പിൽ നിർത്തുക."

"അങ്ങനെയാകട്ടെ, ഹസ്സൂർ." നിമിഷനേരം കൊണ്ട് കുള്ളൻ
ആജ്ഞകൾ എല്ലാം നിറവേറ്റി. ബന്ധനസ്ഥനായ രാജാവ് ഭയന്ന
വിറച്ച് തന്റെ എല്ലാ തെറ്റുകൾക്കും മാപ്പുപറഞ്ഞു. മകളെ അയാൾക്ക്
വിവാഹം കഴിച്ചുകൊട്ടക്കാൻ സമ്മതം പ്രകടിപ്പിച്ചു.

പിന്നീട് ആ വിമുക്തഭടൻ രാജകുമാരിയുമൊത്ത് സന്തോഷ
ത്തോടെ വളരെക്കാലം ജീവിച്ചു എന്നാണ് അറിവ്.

മാന്ത്രികന്റെ പക്ഷി

ഇത് പണ്ട് ജർമ്മനിയിൽ പ്രചാരത്തിൽ ഉണ്ടായിരുന്ന ഒരു കഥയാണ്. ജർമ്മനിയിൽ 'ഫിച്ചേർസ് പക്ഷി' എന്ന പേരിലും ചില പാഠഭേദങ്ങളോടെ ഇറ്റാലിയൻ ഭാഷയിൽ 'പിശാച് മൂന്ന് സഹോദരിമാരെ വിവാഹം ചെയ്ത കഥ' എന്ന പേരിലും 'വയസ്സി ത്തള്ളയും അവരുടെ കോഴിയും' എന്ന പേരിലും മറ്റും ഇതേ കഥ പ്രചാരത്തിലുണ്ടായിരുന്നു.

'ഫിച്ചേർസ് പക്ഷി' എന്നു പറഞ്ഞാൽ നീന്തുന്ന പക്ഷി, അരയന്നം എന്നെല്ലാം കരുതപ്പെടാറുണ്ടെങ്കിലും നമുക്ക് ഈ കഥക്ക് 'മാന്ത്രികന്റെ' പക്ഷി എന്ന് പേര് നൽകാം. ഇത് ഒരു മാന്ത്രികനെ സംബന്ധിച്ച കഥയായതുകൊണ്ട് ഈ പേര് ഉചിതമായിരിക്കും എന്ന് തോന്നുന്നു.

ഈ കഥയിലെ നായകൻ ഒരു മാന്ത്രികനും കള്ളനും ആയിരുന്നു. അയാൾ ഒരു പാവപ്പെട്ടവനെപ്പോലെ വീട്ടതോറും കയറിയിറങ്ങി ഭിക്ഷയാചിക്കുന്നത് ഒരു പതിവാക്കിയിരുന്നു. അങ്ങനെ ഭിക്ഷയാ ചിച്ച് നടക്കുമ്പോൾ അയാൾക്കിഷ്ടപ്പെട്ട പെൺകുട്ടികളെ കണ്ടാൽ തന്റെ മാന്ത്രികശക്തികൊണ്ട് അവരെ തന്റെ അടിമകളാക്കി ഒപ്പം കൂട്ടിക്കൊണ്ട് പോകുന്ന പതിവും ഉണ്ടായിരുന്നു. അങ്ങനെ അന്നൊരു ദിവസം അയാൾ കയറിച്ചെന്ന വീട്ടിൽ അയാൾ ഒരു പെൺകുട്ടിയെ കണ്ടു. അയാൾക്ക് അവളെ ഇഷ്ടപ്പെട്ടു. വിശക്കുന്നതിന് എന്തെങ്കിലും ആഹാരം നൽകാൻ അയാൾ അവളോട് അഭ്യർത്ഥിച്ചു. അവൾ അകത്തുപോയി ഒരു കഷ്ണം റൊട്ടി എടുത്തുകൊണ്ടുവന്ന് അയാൾക്ക് നീട്ടി. റൊട്ടി അവളുടെ കൈയിൽനിന്നും വാങ്ങുന്ന സമയത്ത് അവളുടെ വിരലുകളിൽ സ്പർശിക്കാൻ അയാൾ മറന്നില്ല.

ആ സ്പർശനം ഒന്നുമാത്രം മതിയായിരുന്നു അവൾ അയാളുടെ മാന്ത്രിക ശക്തിക്ക് അടിമയാകാൻ. അയാൾ തിരികെപോകുമ്പോൾ അവൾ അയാളോടൊപ്പം അല്പം പിൻപിലായി നടന്നു. മറ്റാരും അവരെ ശ്രദ്ധിക്കുന്നില്ലെന്ന് ഉറപ്പുവരുത്തിക്കൊണ്ടാണ് അയാൾ

സാവധാനം സ്വന്തം വീട്ടിലേക്ക് നടന്നത്, പുറകിൽ അവളും. സ്വന്തം വീട്ടിലെത്തിയ അയാൾ അവൾക്ക് വേണ്ട ആഹാരവും വസ്ത്രങ്ങളുമെല്ലാം നൽകുന്നതിൽ ഒരു കുറവും വരുത്തിയില്ല. അങ്ങിനെ അവൾ അയാളുമൊത്ത് അവിടെ കുറച്ചുദിവസങ്ങൾ താമസിച്ചു. അങ്ങനെ യിരിക്കെ ഒരുനാൾ അയാൾ അവളോട് പറഞ്ഞു.

"എനിക്ക് രണ്ടുദിവസത്തെ ജോലിയുണ്ട്. അതുകൊണ്ട് അടുത്ത രണ്ടുദിവസം ഞാനിവിടെ ഉണ്ടാകുകയില്ല. ഇതാ ഒരു മുട്ട. ഇത് നീ ഭദ്രമായി സൂക്ഷിക്കണം. എന്നുമാത്രമല്ല എപ്പോഴും ഇത് നിന്റെ കയ്യിൽ തന്നെ കാണണം. നിന്റെ രക്ഷക്കാണ് ഇത്. മനസ്സിലായോ? അതുപോലെ ഈ മുറിയുടെ താക്കോലാണ് ഇത്. ഇതും സൂക്ഷിച്ച് വെയ്ക്കുക. യാതൊരു കാരണവശാലും നീ ഈ മുറി തുറക്കാൻ പാടില്ല."

"ശരി" അവൾ പറഞ്ഞു. പക്ഷേ അയാൾ പോയ ഉടൻ തന്നെ അവൾ തുറക്കാൻ പാടില്ലെന്ന് വിലക്കപ്പെട്ടിരുന്ന മുറി തുറന്ന് അതി നുള്ളിൽ എന്തൊക്കെയാണെന്ന് നോക്കുകയായിരുന്നു. പക്ഷേ, അയാൾ പറഞ്ഞിരുന്നതുപോലെ ആ മുട്ട കയ്യിൽ എടുക്കാൻ മറന്നില്ല.

ആ മുറിയിൽ അവൾ കണ്ടത് അവിശ്വസനീയവും ഞെട്ടിപ്പിക്ക ന്നതുമായ ഒരു കാഴ്ച ആയിരുന്നു. മുറിക്കകത്ത് തട്ടിന്റെ ആകൃതിയിൽ വാർത്തെടുത്ത ഒരു സ്ഥലം. അതിനകത്ത് കുറേയധികം പെൺകു ട്ടികളുടെ മൃതദേഹങ്ങൾ അട്ടുക്കിയട്ടുക്കി കിടത്തിയിരുന്നു; എല്ലാം വെട്ടി തുണ്ടുകളാക്കി വെച്ചിരിക്കുന്നതുപോലെ; കാലം കഴിഞ്ഞിട്ടും ഉണങ്ങാതെ ഓരോ ജഡത്തിൽനിന്നും വാർന്നുകൊണ്ടേയിരുന്ന രക്തം. ആ കാഴ്ചകണ്ട് അവൾ ഭയന്ന് വിറച്ചു. അവളറിയാതെ കയ്യി ലുണ്ടായിരുന്ന മുട്ട താഴെ വീണു.

മുട്ട വീണത് ഒരു ശരീരത്തിന്റെ പുറത്തായിരുന്നു. ഭയന്നിട്ടാണെ ങ്കിലും അവൾ ആ മുട്ടധൃതിയിൽ എടുത്തു. മുട്ടയുടെ പുറത്ത് രക്തം പുരണ്ടിരുന്നു. അവൾ എത്ര ശ്രമിച്ചിട്ടും രക്തക്കറ പൂർണമായി ഇടച്ച മാറ്റാൻ കഴിഞ്ഞില്ല. ഏതായാലും അവൾ മുട്ടയുമെടുത്ത് മുറിക്ക് വെളി യിലേക്ക് ഓടി. മുറി ഭദ്രമായി അടച്ചുപൂട്ടി താക്കോൽ സൂക്ഷിച്ചുവെച്ചു.

രണ്ട് ദിവസങ്ങൾക്കുശേഷം മാന്ത്രികൻ തിരികെ എത്തി. അയാൾ അവളോട് താക്കോലും മുട്ടയും തിരികെ ചോദിച്ചു. അവൾ ഒന്നും സംഭവിച്ചിട്ടില്ലെന്ന ഭാവത്തിൽ താക്കോലും മുട്ടയും തിരികെ കൊടുത്തു. പക്ഷേ മുട്ടയുടെ പുറത്തെ രക്തക്കറ ഉടനെ മാന്ത്രികന്റെ ശ്ര ദ്ധയിൽ പെട്ടു. അവൾ മുറിതുറന്ന് അകത്തുകയറിയെന്ന് അയാൾക്ക് ബോധ്യപ്പെട്ടു. എങ്ങനെയാണ് എന്ന് എടുത്തുപറയണ്ട ആവശ്യം ഇല്ലല്ലൊ.

അയാൾ സാവധാനം ആ മുറിതുറന്നു. പിന്നീട് അവളോട് പറഞ്ഞു. "നീ ഞാൻ പറഞ്ഞത് അനുസരിച്ചില്ല. നീ നിന്റെ ഇഷ്ടപ്രകാരം

ആ മുറിക്കകത്ത് പോയി. പക്ഷേ ഇന്ന് നിനക്കിഷ്ടമില്ലെങ്കിലും അതിനകത്തേക്ക് പോകാൻ തയ്യാറായിക്കൊ"

അയാൾ കോപത്തോടെ അവളുടെ കൈക്കപിടിച്ച് നിർബന്ധമായി മുറിയിലേക്ക് വലിച്ചുകയറ്റി. തികച്ചും ക്രൂരമായ രീതിയിൽ അവളെ ഉണ്ടം ഉണ്ടമായി വെട്ടിമുറിച്ച് മുറിക്കുള്ളിലെ തട്ടിൽ മറ്റ് ശവങ്ങളോടൊപ്പം അടുക്കിവെച്ചു. പിന്നീട് മുറി അടച്ച പൂട്ടി. കുറച്ച ദിവസങ്ങൾക്കശേഷം ആ മാന്ത്രികൻ വീണ്ടും വീടുവീടായി യാചിക്കാനിറങ്ങി. കൂട്ടത്തിൽ അവളുടെ വീട്ടിലും കയറി. അന്ന് അയാൾക്ക് റൊട്ടിത്തുണ്ട് നീട്ടിയത് അവളുടെ അനുജത്തിയായിരുന്നു. പിന്നീട് നടന്നതെല്ലാം നേരത്തെ സംഭവിച്ച സംഗതികളുടെ ഒരാവർത്തനമായിരുന്നു. ഒരു ദിവസം അവളുടെ ജീവനില്ലാത്ത ജഡവും ആ മുറിയിലെ തട്ടിൽ അടുക്കിവെയ്ക്കപ്പെട്ടു.

വീണ്ടും കുറേദിവസങ്ങൾക്കശേഷം കഥ ആവർത്തിച്ചു. ആ അവസരത്തിൽ അയാൾക്ക് റൊട്ടി നീട്ടിയത് അവളുടെ ഇളയ അനുജത്തിയായിരുന്നു. മാന്ത്രികൻ പതിവ്വുപോലെ ഒരു ദിവസം താക്കോലും മുട്ടയും അവളുടെ കൈയിൽ കൊടുത്തിട്ട് മുമ്പ് ചെയ്തിരുന്നതുപോലെ എല്ലാ നിർദ്ദേശങ്ങളും കൃത്യമായി അവൾക്കും നൽകി. പിന്നീട് അയാൾ രണ്ട ദിവസത്തെ യാത്ര പുറപ്പെട്ടു. ഇളയ അനുജത്തി മൂത്തവരെ അപേക്ഷിച്ച് കൂടുതൽ കുശാഗ്രബുദ്ധിയായിരുന്നു. അവൾ മുട്ട തന്റെ കുപ്പായകീശയിൽ ഭദ്രമായി വെച്ചു. പിന്നീട് കതക് തുറന്ന് മുറിക്കകത്ത് കയറി. അവിടെ കണ്ട കാഴ്ച ആ അനുജത്തിയെ ഭയപ്പെടുത്തിയെന്നതിനു പുറമേ വളരെ സങ്കടപ്പെടുത്തുകയും ചെയ്തു. മൂത്തസഹോദരിമാരുടെ ഉണ്ടങ്ങളാക്കപ്പെട്ട ശരീരഭാഗങ്ങൾ കണ്ട് അവൾ പൊട്ടിക്കരഞ്ഞു. എങ്കിലും ധൈര്യം അവലംബിച്ച് അവൾ ചിന്തിച്ചു. ശരീരഭാഗങ്ങളിൽ നിന്നും ചോര ഊറിക്കൊണ്ടിരിക്കുന്നത് ശ്രദ്ധിച്ച അവൾക്ക് അതിൽ എന്തോ നിഗൂഢത ഉള്ളതായി സംശയം തോന്നി. അവൾ പരീക്ഷണാർത്ഥം സഹോദരിമാരുടെ ഓരോരുത്തരുടേയും ശരീരഭാഗങ്ങൾ ഒന്നൊന്നായി യോജിപ്പിച്ച വെച്ചു. അങ്ങിനെ ഓരോ ശരീരവും പൂർണമായി കൂട്ടിച്ചേർന്നപ്പോൾ അവയിൽ ജീവന്റെ ഇടിപ്പ് കാണാൻ കഴിഞ്ഞു. അല്പ നിമിഷങ്ങൾക്കുള്ളിൽ ശരീരഭാഗങ്ങൾ ശരിയായി ഒന്നിക്കുകയും അവർക്ക് ജീവൻ വീണ്ടുകിട്ടുകയും ചെയ്തു. ആ കൊച്ചുസഹോദരി ജേഷ്ഠത്തിമാരെ തട്ടിൽ നിന്ന് വെളിയിൽ വരാൻ സഹായിച്ചു. പിന്നീട് അവരെ ആ മുറിയിൽ നിന്ന് വെളിയിലാക്കി മുറിപ്പൂട്ടി താക്കോൽ സൂക്ഷിച്ചുവെച്ചു. കൂടാതെ രണ്ടസഹോദരിമാരെയും ആരും ശ്രദ്ധിക്കാത്തവിധം വസ്തുങ്ങൾ പുതപ്പിച്ച് ഒരു വലിയ കുട്ടയിൽ കിടത്തി. പിന്നീട് വീട്ടിലുണ്ടായിരുന്ന കുറച്ച് കടലാസ്സ് ഉണ്ടകളും; അതിനുപുറത്ത് ചില സ്വർണാഭരണങ്ങളും

നിരത്തിവെച്ചു. അവൾ അവർക്ക് ചില നിർദ്ദേശങ്ങളും നൽകി.

അപ്പോഴേക്കും മാന്ത്രികൻ തിരികെ എത്തി. വന്നയുടൻ അയാൾ ചോദിച്ചു.

"എന്റെ താക്കോലും മുട്ടയും എവിടെ?"

അവൾ ഭവ്യതയോടെ മുട്ടയും താക്കോലും അയാളുടെ കയ്യിൽ കൊടുത്തു. മുട്ട കണ്ടപ്പോൾ, ഇവൾ താൻ നിർദ്ദേശിച്ചിരുന്നതുപോലെ പൂട്ടിയിരുന്ന മുറി തുറന്നിട്ടില്ലെന്ന് അയാൾ മനസ്സിൽ ഉറപ്പിച്ചു. അങ്ങനെ അയാൾ വിചാരിച്ചതിനുള്ള കാരണം വ്യക്തമാണല്ലൊ. അത് അയാൾക്ക് സന്തോഷത്തിന് വക നൽകി. അയാൾ അവളോട് പറഞ്ഞു.

"നല്ലതുതന്നെ. നീ ഞാൻ പറഞ്ഞതുപോലെ പ്രവർത്തിച്ചിരിക്കുന്നു. എനിക്ക് സന്തോഷമായി. ഞാൻ നിന്നെ കല്യാണം കഴിക്കാൻ ആഗ്രഹിക്കുന്നു. ഇന്നുതന്നെ വിവാഹച്ചടങ്ങ് നടത്താം."

അവൾ അല്പം നാണം നടിച്ച് പറഞ്ഞു.

"എനിക്ക് സമ്മതംതന്നെ. പക്ഷേ എനിക്ക് ചില നിബന്ധനകളുണ്ട്. അത് അങ്ങ് സാധിച്ചുതരണം"

"എന്തൊക്കെയാ നിബന്ധനകൾ. കേൾക്കട്ടെ."

"നിങ്ങൾ എന്റെ വീട്ടിൽ പോയി അച്ഛനോട്ടം അമ്മയോട്ടം ഞാൻ നിങ്ങളുടെ കൂടെയാണെന്നും നിങ്ങൾ ഇന്നുതന്നെ എന്നെ വിവാഹം കഴിക്കുകയാണെന്നും അറിയിക്കണം. കൂടാതെ അവരെ വിവാഹത്തിന് വരാൻ ക്ഷണിക്കുകയും വേണം."

"അത്രയേയുള്ളോ? ഇത് ഒരു നിസ്സാരകാര്യമല്ലെ. ഞാൻ ഉടനെ തന്നെ ചെയ്യാം."

"അല്ല, ഒരു സംഗതികൂടിയുണ്ട്."

"എന്താ. പറഞ്ഞോ."

"ഞാൻ ഒരു കുട്ടയിൽ കുറെ സാധനങ്ങൾ എടുത്തുവെയ്ക്കാം. ആ സാധനങ്ങളുടെ മുകളിലായി ഒന്നുരണ്ട് സ്വർണ്ണാഭരണങ്ങളും. കുട്ടക്ക് അല്പം ഭാരക്കൂടുതൽ കാണും. അത് വകവെയ്ക്കാതെ കുട്ട നിങ്ങൾ സ്വന്തം തലയിൽ ചുമന്ന് എന്റെ മാതാപിതാക്കൾക്ക് ഒരു സമ്മാനമായി നൽകണം. പോകുന്ന വഴിയിൽ ഒരു സ്ഥലത്തും അല്പംപോല്ലും വിശ്രമിക്കാൻ പാടില്ല. ഇത് ഞങ്ങളുടെ ഇടയിൽ വിവാഹച്ചടങ്ങുകളുടെ ഭാഗമായി അനുഷ്ഠിച്ചുവരുന്ന ഒരു സമ്പ്രദായമാണ്. അങ്ങ് ഇത്രക്കൂടി എനിക്കുവേണ്ടി ചെയ്യുകയില്ലേ?" അവൾ ചോദിച്ചു.

"ശരി. അങ്ങനെതന്നെ. ഉടനേ കുട്ട തയ്യാറാക്കിക്കോ."

അല്പനിമിഷങ്ങൾക്കുശേഷം അവൾ കുട്ട തയ്യാറായി എന്ന് അയാളോട് പറഞ്ഞു. കുറച്ച് ബുദ്ധിമുട്ടിയാണെങ്കിലും കുട്ടയും തലയിൽവെച്ച് അയാൾ യാത്ര ആരംഭിച്ചു.

"ങൂ. കുട്ടൂ ഭാരം കുറച്ചൊന്നുമല്ലല്ലോ. എന്റെ നടുവ് ഒടിയാതി രുന്നാൽ ഭാഗ്യം"

അവൾ സന്തോഷം ഭാവിച്ച് അയാളോട് പറഞ്ഞു.

"എങ്ങും വിശ്രമിക്കരുത്. കേട്ടോ. വിശ്രമിച്ചാൽ എനിക്ക് ഈ ജന്നാലയിൽക്കൂടി കാണാൻ കഴിയും." അവൾ സന്തോഷഭാവത്തിൽ ഒന്നു ചിരിച്ചിട്ട് വീണ്ടും പറഞ്ഞു.

"വേഗം തിരികെ വന്നോളൂ. അതിനുള്ളിൽ ഞാൻ എന്റെ വിവാ ഹാടകൾ അണിഞ്ഞ് തയ്യാറായിരിക്കാം."

"ശരി. ശരി. വേഗം ഒരുങ്ങിക്കൊ."

അയാളും നിറഞ്ഞ സന്തോഷത്തോടെ പ്രതികരിച്ചു.

അയാൾ കുട്ടയുമായി അവളുടെ വീട്ടിലേക്ക് നടന്നു. കുട്ടൂ ഭാരം കൂടുതലായിരുന്നതുകൊണ്ട് അല്പം ക്ഷീണിച്ച അയാൾ കുറച്ച് വിശ്ര മിച്ചാലോ എന്ന് ആലോചിച്ചു. നടപ്പിന്റെ വേഗം കുറയുകയും ചെയ്തു. അത് മനസ്സിലാക്കിയ കുട്ടയിലുണ്ടായിരുന്ന ഒരു സഹോദരി, ഇളയ അനുജത്തിയുടെ സ്വരത്തിൽ പറഞ്ഞു.

"വിശ്രമം ഒന്നും വേണ്ട. കേട്ടോ; എനിക്ക് ഈ ജന്നാലയിൽക്കൂടി അങ്ങയെ കാണാം."

താൻ വിവാഹം കഴിക്കാൻ പോകുന്ന പെൺകുട്ടിയുടെ ശബ്ദമാണ തെന്ന് ധരിച്ച മന്ത്രിവാദി ഒട്ടും വിശ്രമിക്കാതെ കുട്ട അവളുടെ വീട്ടിൽ എത്തിച്ചു. കൂടാതെ പറഞ്ഞിരുന്നതുപോലെ എല്ലാം കൃത്യമായി ചെയ്ത് മടങ്ങുകയും ചെയ്തു.

അതിനിടയിൽ ഇളയ സഹോദരി എങ്ങനെ ആ വീട്ടിൽനിന്നും മന്ത്രവാദി തിരികെ എത്തുന്നതിനുമുമ്പ് രക്ഷപെടാമെന്ന് ആലോചി ക്കുകയായിരുന്നു. പൂട്ടിയിരുന്ന മുറി തുറന്ന് നേരത്തേ ഉണ്ടമാക്കപ്പെട്ട ശരീരഭാഗങ്ങളിൽ നിന്ന് ചിലതെല്ലാം പെറുക്കിയെടുത്ത് ഒരു സ്ത്രീ രൂപമാക്കി വീടിന്റെ ജന്നാലക്ക് മുമ്പിൽ, നല്ല വിവാഹ വസ്ത്രങ്ങൾ ചുറ്റി അലങ്കരിച്ച് നിർത്തി. വഴിയിൽ നിന്ന് വീട്ടിലേക്ക് നോക്കുന്ന വർക്ക് അവൾ അണിഞ്ഞൊരുങ്ങി നിൽക്കുന്ന പ്രതീതി ഉണ്ടാക്കുന്ന രീതിയിലായിരുന്നു അത്.

പിന്നീട് സ്വന്തം ദേഹത്ത് ഒട്ടുന്ന നല്ല പശപ്പുള്ള കുറച്ച് തേൻ പുരട്ടി. വീട്ടിലുണ്ടായിരുന്ന തുവലുകൾ നിറച്ച് ഉണ്ടാക്കിയ ഒരു മെത്ത കീറിമുറിച്ച്, അവൾ ആ തുവലുകൾക്ക് നടുവിൽ കിടന്ന് ഉരുണ്ടു. ആ തുവലുകൾ അവളുടെ ദേഹമെല്ലാം ഒട്ടിപ്പിടിച്ചു. അവളെക്കണ്ടാൽ ഒരു അരയന്നപ്പക്ഷിയെപ്പോലെ ഉണ്ടായിരുന്നു. അതിനുശേഷം അവൾ തികഞ്ഞ ജാഗ്രതയോടെ വഴിയിലിറങ്ങി ഓരമായി നടന്നു. വഴി യിൽക്കണ്ട ചിലരൊക്കെ അവളോട് ചോദിച്ചു.

"ഹേ. അരയന്നപക്ഷീ നീ എവിട്ടുന്നാ."

"ഞാൻ ആ മാന്ത്രികന്റെ വീട്ടിൽ നിന്നാ."

"ഓഹോ. മാന്ത്രികന്റെ കല്യാണമാണെന്ന് കേട്ടല്ലൊ."

"അതെയതെ. ഞാൻ വധുവിനെ ഒരുക്കിയിട്ട് വരികയാ. ദാ ആ ജന്നാലയിൽക്കൂടി നോക്കിയാൽ അണിഞ്ഞൊരുങ്ങി നിൽക്കുന്ന വധുവിനെക്കാണാം."

കുറച്ചുകൂടി മുന്നോട്ട് നടന്നപ്പോൾ മാന്ത്രികൻ തിരിച്ചുവരുന്നത് അവൾ കണ്ടു. അവൾ കൂടുതൽ ജാഗ്രതയായി നടന്നു.

"ഏ. പക്ഷീ. നീ എവ്വട്ടുന്നാ."

"ഞാൻ ആ മാന്ത്രികന്റെ വീട്ടിൽ നിന്നാ." അല്പം നിർത്തിയിട്ട് അവൾ തുടർന്നു.

"ഇന്ന് മാന്ത്രികന്റെ കല്യാണമാ. വധു എന്നെ വിളിച്ചതുകൊണ്ട് ഞാനവിടെപ്പോയി മാന്ത്രികൻ കല്യാണം കഴിക്കാൻ പോകുന്ന പെണ്ണിനെ അണിയിച്ചൊരുക്കിയിട്ട വരുകാ. നല്ല പൂ പോലത്തെ പെണ്ണ്."

"ഏയ്, അരയന്ന പക്ഷീ, അവളവിടെ ഇപ്പോൾ എന്തുചെയ്യ കയാ.?"

"വീടെല്ലാം അടിമുടി ശുദ്ധം ചെയ്യതിനശേഷം അണിഞ്ഞൊരു ങ്ങി ദാ ആ ജന്നലിനരികിൽ നിൽക്കുന്നുണ്ട്. നോക്കിയാല്യം ഒരു പക്ഷേ ഇവിടെനിന്നതന്നെ നിങ്ങൾക്ക് ആ സുന്ദരിയായ വധുവിനെ കാണാൻ കഴിയും. ഞാനാ വധുവിനെ ഒരുക്കിയത്. കേട്ടോ." അത്രയും പറഞ്ഞിട്ട് അവൾ ധൃതിയിൽ നടന്നു. അയാൾക്ക് തന്റെ വധുവിനെ ജന്നലിൽക്കൂടി കാണാൻ കഴിഞ്ഞതുകൊണ്ട് പ്രത്യേകി ച്ച് സംശയമൊന്നും തോന്നിയതുമില്ല.

അപ്പോഴേക്കും അവൾ സഹോദരിമാരോട് നൽകിയിരുന്ന നിർദ്ദേശ പ്രകാരം അവളുടെ മാതാപിതാക്കളും മറ്റ് അയൽവാസി കളും അവിടേയ്ക്ക് വരുന്നത് അവൾ കണ്ടു. മാന്ത്രികൻ അയാളുടെ വീട്ടി നകത്തേക്ക് കയറുന്ന സമയംവരെ അവർ കാത്തുനിന്നു. അയാൾ വീട്ടിൽ കയറിയ ഉടൻ തന്നെ അവർ വീട് ചുറ്റി വളയുകയും വീടിന്റെ കതക് വെളിയിൽനിന്ന് ബന്ധിക്കുകയും വീടിന് തീയിട്ടുകയും ചെയ്തു.

ആ സംഭവത്തിനശേഷം ആ മന്ത്രവാദിയെക്കുറിച്ച് കേൾക്കാൻ ഇടയായിട്ടില്ല.

എലിയും പൂച്ചയും കൂട്ടുകാരായപ്പോൾ

എലിയും പൂച്ചയും. ബദ്ധ വിരോധികളായ രണ്ട് ജന്തുക്കളുടെ പേര് പറയാൻ പറഞ്ഞാൽ നിങ്ങൾ ആദ്യം പറയുന്നത് എലിയും പൂച്ചയും എന്നായിരിക്കും. സംശയമില്ല. എങ്കിലും ഒന്നാലോചിച്ചു നോക്കൂ. എലിയും പൂച്ചയും കൂട്ടുകാരായാൽ എന്താണ് സംഭവിക്കുക? അവർ ഒരിക്കലും കൂട്ടുകാരാകുകയില്ല, എന്ന് നിങ്ങൾക്ക് വേണമെങ്കിൽ പറയാം. പക്ഷേ ജർമ്മനിയിൽ പ്രചാരത്തിലുള്ള ഈ കഥയിൽ പറയുന്നത് അവർക്ക് കൂട്ടുകാരാകാൻ കഴിയുമെന്നാണ്.

അങ്ങനെ കൂട്ടുകാരായ ഒരെലിയും ഒരു പൂച്ചയും ഒന്നിച്ചാലോചിച്ചു.

"നമുക്ക് താമസിക്കാൻ ഒരിടമില്ലാതെ അലഞ്ഞുനടക്കാൻ തുടങ്ങിയിട്ട് എത്ര നാളായി?" എലി ചോദിച്ചു.

"അതേ സ്നേഹിതാ. നമുക്ക് സ്ഥിരമായി താമസിക്കാൻ ഒരിടം കണ്ടെത്തണം." പൂച്ച സമ്മതിച്ചു.

ആ ഗ്രാമത്തിലെ ശവപ്പറമ്പിന് തൊട്ടടുത്തായി ഒരു ചെറിയമുറി അവർ കണ്ടെത്തി. അതിൽ രണ്ടുപേരും ചേർന്ന് താമസമായി. പക്ഷേ ശിശിരകാലത്ത് ദേഹം പൊള്ളിപ്പിക്കുന്ന തണുപ്പിൽ ആഹാരം അന്വേഷിച്ച് പുറത്തുപോകുന്നത് ബുദ്ധിമുട്ടായിരിക്കും. അതുകൊണ്ട് നേരത്തെതന്നെ കുറേ ആഹാര സാധനങ്ങൾ ശേഖരിച്ച് എവിടെയെങ്കിലും ഭദ്രമായി സൂക്ഷിക്കണമെന്ന് ആ കൂട്ടുകാർ തീരുമാനിച്ചു. അവ സൂക്ഷിക്കുവാനും ഒരു സ്ഥലം വേണം. വലിയ ബുദ്ധിമുട്ടില്ലാതെ അങ്ങനെ ഒരു സ്ഥലവും അവർ കണ്ടെത്തി. ശവപ്പറമ്പിന്റെ ഒരു കോണിൽ അധികമാളുടേയും ശ്രദ്ധയിൽ പെടാതെ കിടന്നിരുന്ന ഒരു കല്ലറ. അതാകുമ്പോൾ അല്പം മഴപെയ്താലും അകത്തിരിക്കുന്ന ഭക്ഷണത്തിന് കേടുവരാൻ സാധ്യതയില്ല.

സ്നേഹിതന്മാർ മിച്ചം വെയ്ക്കാൻ കഴിഞ്ഞ ഭക്ഷണ സാധനങ്ങൾ, ഗോതമ്പുമാവ്, നെയ്യ്, പഞ്ചസാര; അങ്ങനെ കിട്ടിയതെല്ലാം ഉപയോഗിച്ച് സാമാന്യം നല്ല വല്യപ്പമുള്ള ഒരു കേയ്ക്ക് ഉണ്ടാക്കി. കേയ്ക്കിന് മുകളിൽ ധാരാളം ചീസുംമറ്റും ചേർത്ത് ആകർഷകരമായ രീതിയിൽ

മോടിപിടിപ്പിച്ചു. മറ്റൊരു രീതിയിൽ പറഞ്ഞാൽ കേയ്ക്കിന്റെ മുകളിൽ 'ഐസിങ്ങ്' അല്ലെങ്കിൽ 'ടോപ്പിങ്ങ്' എന്ന് ഇംഗ്ലീഷിൽ പറയാ റുള്ള ആകർഷകമായ ഒരു ആവരണം ഉണ്ടാക്കി. പിന്നീട് അവർ രണ്ടുപേരും ചേർന്ന് ആ കേയ്ക്ക് ഭദ്രമായി സൂക്ഷിച്ചുവെച്ചു.

"കൂട്ടുകാരാ, യാതൊരു കാരണവശാലും മഞ്ഞുകാലമാകാതെ നമ്മൾ ഈ കേയ്ക്ക് എടുക്കാൻ പാടില്ല. മാത്രമല്ല, എപ്പോഴും നമ്മൾ രണ്ടുപേരും ഒന്നിച്ചുമാത്രമേ നമ്മുടെ കലവറയിൽ കയറാൻ പാടൊള്ളൂ. എന്താ, ഞാൻ പറഞ്ഞത് ശരിയല്ലേ?" പൂച്ച കൂട്ടുകാര നോട് ചോദിച്ചു.

"തികച്ചും ശരിയാണ്. സുഹൃത്തേ." എലി സമ്മതിച്ചു.

ദിവസങ്ങൾ കടന്നുപോയി. പൂച്ച എന്നും ആലോചിക്കും, 'നമ്മുടെ കേയ്ക്കിന് നല്ല സ്വാദായിരിക്കും. പക്ഷേ മഞ്ഞുകാലം വന്നിട്ടല്ലേ രുചി നോക്കാൻ പറ്റൂ. എന്ന മാത്രമല്ല, ചില ദിവസങ്ങളിൽ ഉറക്കത്തിൽ പൂച്ചയുടെ സ്വപ്നങ്ങളിലും ആ കേയ്ക്ക് സ്ഥാനം പിടിച്ചു.

ഒരു ദിവസം രാവിലെ പൂച്ച എലിയോട് പറഞ്ഞു.

"സ്നേഹിതാ. ഞാനൊരാശയക്കുഴപ്പത്തിലാണ്. ഇന്നുരാവിലെ എന്റെ ഒരകന്ന ബന്ധു അവന്റെ പേരക്കുട്ടിയുടെ പേരിടീൽ ചടങ്ങിന് എന്നെ ക്ഷണിച്ചിരിക്കുന്നു. ഞാൻ തന്നെ പേര് നിർദ്ദേശിക്കണമെ ന്നും അവൻ നിർബന്ധം പിടിക്കുന്നു. പക്ഷേ നിന്നെ ഒറ്റക്കിവിടെ വിട്ടിട്ട് മുഴുവൻ ദിവസവും പോകാൻ ഒരു മടി. ഞാനെന്താ ചെയ്യേ ണ്ടത്? നീ തന്നെ പറ."

ബന്ധു സ്നേഹത്തോടെ വിളിച്ചതല്ലേ? നീ തീർച്ചയായും പോക ണമെന്നാണ് എന്റെ അഭിപ്രായം."

"നീയും അങ്ങനെ പറയുകയാണെങ്കിൽ ഞാൻ പോകാം." പൂച്ച പറഞ്ഞു.

പൂച്ച അവിടെനിന്നും പോയത് അവരുടെ കലവറയിലേക്കായി രുന്നു. ആരും ശ്രദ്ധിക്കുന്നില്ലെന്ന് ഉറപ്പുവരുത്തി പൂച്ച കല്ലറയ്ക്കുള്ളിൽ പ്രവേശിച്ചു. പൂച്ചയ്ക്ക് അധികനേരം നിസ്സംഗനായി കേയ്ക്ക് നോക്കി നിൽക്കാൻ കഴിഞ്ഞില്ല.

'ഇതിന്റെ മുകളിലുള്ള ഐസിങ്ങ് മാത്രം ഒന്ന് രുചിച്ചനോക്കിയ തുകൊണ്ട് വലിയ കുഴപ്പമൊന്നുമില്ല.' പൂച്ച സ്വയം പറഞ്ഞു. വേഗം വേഗം പൂച്ച ഐസിങ്ങ് മുഴുവനും നക്കി തിന്നു. പിന്നീട് ധൃതിയായി കലവറ്യ വെളിയിൽ വന്നു. കുറേനേരം അവിടെയും ഇവിടെയുമെ ല്ലാം ചുറ്റിക്കറങ്ങി നടന്നു. ഏതാണ്ട് ഉച്ചതിരിഞ്ഞ സമയത്ത് വാസ സ്ഥലത്ത് തിരിച്ചെത്തി.

"ഓ. നീ നേരത്തെതന്നെ മടങ്ങിയെത്തിയല്ലോ! ബന്ധുവീട്ടിൽ ചടങ്ങുകളെല്ലാം നന്നായി നടന്നല്ലോ." എലി കുശലം ചോദിച്ചു.

"നടന്നു. നടന്നു. നന്നായി നടന്നു."

"നീ കുട്ടിക്ക് എന്താ പേരുവെച്ചത്?"

ഒരല്പം ആലോചിച്ച് പൂച്ച പറഞ്ഞു.

"മൂടി പോയി."

"എന്ത്. 'മൂടി പോയി' എന്ന് ഒരു പേരോ? ഞാനിതുവരെ അങ്ങിനെ ഒരു പേര് കേട്ടിട്ടില്ല."

"ഒരു പുതുമ ഇരിക്കട്ടെയെന്ന് കരുതി?" വീണ്ടും ദിവസങ്ങൾ കടന്നുപോയി. എന്നും ഉറക്കത്തിൽ പൂച്ചയുടെ സ്വപ്നങ്ങളിൽ കേയ്ക്ക് മാത്രമായിരുന്നു. 'ഹൊ. എന്തൊരു സ്വാദാ ആ കേയ്ക്കിന്!' പൂച്ച ഇടയ്ക്കിടെ വിചാരിച്ചു.

വീണ്ടും ഒരു ദിവസം കാലത്ത് പൂച്ച സ്നേഹിതനോട് പറഞ്ഞു.

"ചെങ്ങാതീ. മുമ്പത്തെപ്പോലെ ഇന്ന് മറ്റൊരു ബന്ധുവിന്റെ ഊഴമാ. അയാളുടെ പേരക്കുട്ടിയുടെ പേരിടീൽ ചടങ്ങിന് ഞാൻ തന്നെ പേര് പറയണമെന്നും ചടങ്ങിന് ചെല്ലണമെന്നും അവന് നിർബന്ധം. ഞാനൊന്ന് പോയിട്ട് വരാം. അതല്ലേ നല്ലത്?"

"തീർച്ചയായും നീ പോകണം." എലി പ്രോത്സാഹിപ്പിച്ചു.

പിന്നീട് നടന്നതൊന്നും വിശദീകരിക്കേണ്ട ആവശ്യമില്ലല്ലൊ. പൂച്ച അന്ന് അല്പം വൈകിയാണ് തിരിച്ചെത്തിയത്. എലി കുശലം ചോദിക്കാൻ മറന്നില്ല.

"ചങ്ങാതീ ഇന്ന് എന്ത് പുതിയ പേരാണ് നീ കണ്ടുപിടിച്ചത്?"

"പാതി പോയി."

"വളരെ വിചിത്രമായ പേരുതന്നെ. നല്ല രസമുണ്ട്. കേട്ടോ. ചങ്ങാതിയുടെ പുതുമ സമ്മതിക്കണം."

ചരിത്രം ആവർത്തിച്ചു. ദിവസങ്ങൾ കടന്നു പോയതും പൂച്ചയുടെ ഒരു ദിവസത്തെ യാത്രയുമെല്ലാം. അന്ന് അല്പം ഇരുട്ടി തിരികെയെത്തിയ പൂച്ചയോട് എലി വീണ്ടും തിരക്കി.

"ഇന്നും ചെങ്ങാതി നല്ല പുതുമയുള്ള ഏതെങ്കിലും പേര് കണ്ടുപിടിച്ചുകാണും. അല്ലേ?"

"അതേ. ഞാനിന്നും ഒരു പുതിയ പേര് കണ്ടുപിടിച്ചു."

"അതെന്താ, കേൾക്കട്ടെ."

"എല്ലാം പോയി."

അതുകേട്ട് എലി ഉറക്കെയുറക്കെ ചിരിച്ചു.

"നല്ല പേരുതന്നെ. ഇങ്ങനെയൊരു പേര് ഇതിനുമുമ്പ് ആരും ആർക്കും ഇട്ടു കാണത്തില്ല."

ദിവസങ്ങൾ കടന്നുപോയി. മഞ്ഞുകാലം തുടങ്ങി. മഞ്ഞ് പൊഴിയാൻ തുടങ്ങിയ അന്ന് അവർക്ക് ആഹാരം തേടി പോകാൻ കഴിഞ്ഞില്ല. ഉച്ചകഴിഞ്ഞപ്പോൾ എലി പൂച്ചയോട് പറഞ്ഞു.

"ചങ്ങാതി, എനിക്ക് നല്ല വിശപ്പുണ്ട്. നമുക്ക് നമ്മുടെ കേയ്ക്കിൽ നിന്ന് അല്പം എടുത്ത് കഴിക്കാം."

"ഇന്നുതന്നെ വേണോ?" പൂച്ച അല്പം തയക്കത്തോടെ ചോദിച്ചു.

"വേണം സുഹ്ൃത്തേ. എനിക്ക് വല്ലാതെ വിശക്കുന്നു. വാ. നമുക്ക് പോകാം." അവർ രണ്ടുപേരും ആ കല്ലറക്കള്ളിൽ കയറി. എലി അല്പം പരിഭ്രമത്തോടെ ചോദിച്ചു.

"എന്താ ചെങ്ങാതി. നമ്മുടെ കേയ്ക്കിന്റെ പൊടിപോല്യം ഇവിടെ യെങ്ങും കാണാനില്ലല്ലോ? എന്തുപറ്റി. ഇനി ആരെങ്കില്യം നമ്മളറി യാതെ എടുത്തുകൊണ്ടുപോയിക്കാണുമോ?"

"ഛെ. നീയൊന്ന് ശബ്ദമുണ്ടാക്കാതെ ഇരിക്ക്. ഞാൻ നിന്നോട് പണ്ടേ പറഞ്ഞതല്ലേ. 'എല്ലാം പോയി' എന്ന്?" പൂച്ച അന്ധാളിച്ചുനി ന്ന എലിയോട് തുടർന്ന് പറഞ്ഞു.

"നീ ഒര മണ്ടൻ. ഞാൻ പറഞ്ഞിട്ടും നിനക്കൊന്നും മനസ്സിലാ കാതിരുന്നതിന് ഞാനെന്തു ചെയ്യാനാ.?"

"എന്ത്. എന്നോട് പറഞ്ഞെന്നോ?" എല്ലാം പോയി എന്നോ? അത് നീ നിന്റെ ബന്ധുവിന്റെ പേരക്കുട്ടിക്ക് ഇട്ടപേരാണെന്നല്ലേ പറഞ്ഞത്?"

അല്പം നിർത്തിയിട്ട് എലി വീണ്ടും പുലമ്പാൻ തുടങ്ങി.

"നീ ആ പേരുകളൊക്കെ പറഞ്ഞപ്പോഴേ എനിക്ക് സംശയമുണ്ടാ യിരുന്നു. 'മൂടിപോയി' 'പാതി പോയി', 'എല്ലാം പോയി' അങ്ങനെ ആരെങ്കില്യം പേരിട്ടുമോ?

നീ എന്നെ ചതിക്കുകയായിരുന്നു. നീ ഓർക്കുന്നില്ലേ? നീയല്ലേ പറഞ്ഞത്. സുഹൃദ്ബന്ധത്തിന്റെ അടിത്തറ പരസ്പരവിശ്വാസമാണെ ന്ന്. എന്നിട്ട് നീ എന്നെ ചതിച്ചല്ലോ?"

"ഛീ. നിർത്തടാ. ശബ്ദമെടുക്കണ്ടാ. നീ ഒര മണ്ടനായിപ്പോയതിന് ഞാനെന്ത് ചെയ്യാനാ. ഇനി ഇപ്പോൾ ഒന്നേ ചെയ്യാനൊള്ളൂ."

അത്രയും പറഞ്ഞുതീർന്നതും എലി പൂച്ചയുടെ വായിക്കുള്ളിലായി.

പിന്നീട് എന്ത സംഭവിച്ചു.? പ്രത്യേകിച്ച് ഒന്നും സംഭവിച്ചതായി അറിവില്ല. എല്ലാം പഴയതുപോലെ തുടർന്നു. അന്നും ഇന്നും.

മുക്കുവനും ഭാര്യയും

ഈ കഥ ജർമ്മനിയിൽ പ്രചാരത്തിലുള്ളതാണ്. ചില പാഠഭേദങ്ങളോടെ മറ്റ് പേരുകളിലും ഈ കഥ പ്രചാരത്തിലുണ്ട്; റഷ്യൻ ഭാഷയിലും. മാത്രമല്ല വളരെ വിലപ്പെട്ട ചില ഗുണപാഠങ്ങൾ ഉൾക്കൊള്ളുന്നതുമാണ് ഈ കഥ. ഗുണപാഠങ്ങൾ എന്തൊക്കെയാണെന്ന് കഥ വായിച്ചതിനശേഷം വായനക്കാരൻ കണ്ടെത്തേണ്ടതാണ്.

പണ്ട് ജർമ്മനിയിൽ താമസിച്ചിരുന്ന ഒരു പാവം മുക്കുവന്റെയും അയാളുടെ ഭാര്യയുടേയും കഥയാണ് ഇത്. കടൽ തീരത്ത് അധികം സൗകര്യങ്ങളും വൃത്തിയും ഇല്ലാത്ത ഒരു മുക്കുവഗ്രാമത്തിൽ ഒരു ചെറിയ കുടിലിലായിരുന്ന അവരുടെ താമസം; ഒട്ടും സൗകര്യങ്ങളില്ലാത്ത ഒരു ചെറിയ കുടിൽ.

ആ മുക്കുവൻ എന്നും കടലിൽ മീൻപിടിക്കാൻ പോകുമായിരുന്നു. അന്നൊരുദിവസം കടലിലേക്ക് എറിഞ്ഞ ചൂണ്ടയുടെ കെണി വെള്ളത്തിനടിയിലേക്ക് വളരെയധികം പോയിയെന്ന് അയാൾക്ക് മനസ്സിലായി. അയാൾ ചൂണ്ട വലിച്ചപ്പോൾ അതിൽ കുടുങ്ങിയിരുന്നത് സാധാരണയിൽ കൂടുതൽ വലുപ്പമുള്ള ഒരു കാളമീനായിരുന്നു.

മീൻ കരയിൽ വീണയുടനെ മുക്കുവൻ തികച്ചും അതിശയിച്ച എന്ന് പറയണം; കാരണം മീൻ അയാൾക്ക് മനസ്സിലാകുന്ന ജർമ്മൻ ഭാഷയിൽ സംസാരിക്കാൻ തുടങ്ങി എന്നതുതന്നെ.

"ഹേ. മുക്കുവശ്രേഷ്ഠാ. ഞാനൊരു സാധാരണ മത്സ്യമല്ലെന്ന് മനസ്സിലാക്കിയാലും. ഒരു ശാപം കാരണം ഞാനിപ്പോൾ ഈ രൂപത്തിലാണെന്നുമാത്രം. യഥാർത്ഥത്തിൽ ഞാൻ ഒരു രാജകുമാരനാണ്. ഈ സത്യം മനസ്സിലാക്കി ദയവുചെയ്ത് എന്നെ കടലിൽ തിരികെ വിട്ട് ജീവിക്കാൻ അനുവദിക്കൂ."

"ഓ അങ്ങനെയെങ്കിൽ താങ്കൾ വിഷമിക്കേണ്ട. സംസാരിക്കാൻ

കഴിയുന്ന നിന്നെ ഞാൻ തീർച്ചയായും കടലിൽ തിരിച്ചുവിടാം.”

അത്രയും പറഞ്ഞിട്ട് മുക്കവൻ ആ കാളയെ കടലിൽ വിട്ടു. അത് വെള്ളത്തിനടിയിലേക്ക് ഊളിയിട്ട് നീന്തിപ്പോയി. പക്ഷേ അത് പോകുന്നതിന് മുമ്പ് മുക്കവനോട് പറഞ്ഞു.

“സ്നേഹിതാ, എന്നെ താങ്കൾക്ക് എപ്പോൾ കാണണമെന്ന് തോന്നിയാലും ഈ കടൽക്കരയിൽ വന്ന്, ‘സ്നേഹിതൻ കാളേ’, എന്ന് വിളിച്ചാൽ മതി. ഞാനുടനെ ഇവിടെ എത്തുന്നതാണ്. കൂടാതെ താങ്കൾക്ക് എന്തെങ്കിലും സഹായം വേണമെങ്കിൽ എന്നോട് ചോദി ച്ചുകൊള്ളുക. ഒട്ടും മടിക്കേണ്ടതില്ല.”

കാള പോകുമ്പോൾ അതിന്റെ വായിൽനിന്നും ഒഴുകിയ രക്തം ഒരു നീണ്ടവരപോലെ ജലപ്പുറപ്പിൽ കാണാമായിരുന്നു. മുക്കവൻ തിരികെ വീട്ടിലെത്തിയപ്പും അന്ന് നടന്ന സംഭവങ്ങളെല്ലാം ഭാര്യയോട് വിശ ദമായിത്തന്നെ പറഞ്ഞു. അതുകേട്ട ഭാര്യ ചോദിച്ചു.

“ആ കാളയെ കടലിൽ തിരികെ വിട്ടപ്പോൾ നിങ്ങൾ അതിനോട് ഒരു സമ്മാനവും ചോദിച്ചില്ലേ?

“ഇല്ല എന്താ പ്രത്യേകിച്ച് ചോദിക്കാൻ?”

നമ്മൾ ഒരു സൗകര്യങ്ങളൊന്നുമില്ലാത്ത ഈ വൃത്തികെട്ട കുടിലിൽ താമസിക്കാൻ തുടങ്ങിയിട്ട് എത്രനാളായി. അല്പംകൂടി നല്ല ഒരു വീട്ടിൽ താമസിക്കണമെന്ന് നിങ്ങൾക്ക് ആഗ്രഹമില്ലേ? നിങ്ങൾ ആ കാളയോട് നമുക്ക് ഒരു ചെറിയ നല്ല വീട് സമ്മാനിക്ക ണമെന്ന് പറയാമായിരുന്നു.”

അയാൾക്ക് അങ്ങനെയൊരു സമ്മാനം കാളയോട് ചോദിക്കാൻ അശേഷം താല്പര്യമില്ലായിരുന്നു. എങ്കിലും ഭാര്യയുടെ ആഗ്രഹമല്ലെ ചോദിച്ചുകളയാമെന്ന് അയാൾ കരുതി.

അടുത്തദിവസം കാലത്ത് അയാൾ കടൽ തീരത്ത് എത്തി. തലേദിവസം കാള കടലിലേക്ക് നീന്തിപ്പോയപ്പോൾ കണ്ട രക്തനിറം മുഴുവനായും മാഞ്ഞുപോയിരുന്നു. പകരം സ്വർണ്ണനി റത്തിലുള്ള നേരിയ വരകളോട്ടുകൂടി നല്ല പച്ചനിറത്തിൽ സമുദ്രം പരന്നുകിടന്നു. അയാൾ സമുദ്രതീരത്ത് നിന്നുകൊണ്ട് പറഞ്ഞു.

“സ്നേഹിതൻ കാളേ, എനിക്ക് ഇഷ്ടമുണ്ടായിട്ട് ചോദിക്കുകയല്ല. എന്നാലും ഭാര്യയുടെ ആഗ്രഹപ്രകാരം അങ്ങയോട് ചോദിക്ക യാണ്; അങ്ങ് ദയവായി ഞങ്ങൾക്ക് ഒരു ചെറിയ വൃത്തിയുള്ള കുടിൽ സമ്മാനമായി നൽകുമോ?” ആ കാളമീൻ അല്പനിമിഷങ്ങൾക്കുള്ളിൽ അവിടെയെത്തി. വെള്ളത്തിന് മുകളിൽ വന്ന് കാള മുക്കവനോട് പറഞ്ഞു.

"സ്നേഹിതാ. ഇത് അങ്ങയുടെ ഭാര്യയുടെ ന്യായമായ ഒരാഗ്രഹ മല്ലെ. അങ്ങ് ഒന്നുകൊണ്ടും വിഷമിക്കേണ്ട. സന്തോഷത്തോടെ വീട്ടിലേക്ക് മടങ്ങിപ്പൊയ്ക്കൊള്ളൂക. ഇതിനകം അങ്ങയുടെ ഭാര്യക്ക് ഇഷ്ടപ്പെട്ട ഒരു വീട് കിട്ടിക്കഴിഞ്ഞിരിക്കുന്നു എന്ന് ആശ്വസിച്ചാലും." അത്രയും പറഞ്ഞ് മീൻ കടലിനകത്തേക്ക് നീന്തി അപ്രത്യക്ഷനായി.

മുക്കുവൻ തിരികെ തന്റെ വീടിരുന്ന സ്ഥലത്ത് എത്തിയപ്പോൾ കണ്ടത് തന്റെ ഭാര്യ സന്തോഷവതിയായി ഒരു നല്ല കൊച്ചുവീടിന്റെ മുൻപിൽ നിൽക്കുന്നതാണ്. കണ്ടാൽ ഐശ്വര്യമുള്ള ഒരു നല്ല വീട്. മുൻപിൽ ഒരു ചെറിയ പൂന്തോട്ടം അയാൾ ഭാര്യയോട് ചോദിച്ചു.

"എന്താ. നിനക്കിപ്പോൾ സന്തോഷം ആയില്ലേ?"

"ങാ, നല്ല വീടാണ്. നമുക്ക് കുറച്ചനാൾ താമസിച്ചനോക്കാം. എങ്ങനെയുണ്ടെന്ന്" അടുത്ത രണ്ടുമൂന്നാഴ്ചകൾ അവർ സുഖമായി സന്തോഷത്തോടെ ജീവിച്ചു. പക്ഷേ ദിവസങ്ങൾ കടന്നുപോയ പ്പോൾ അയാളുടെ ഭാര്യ പറഞ്ഞുതുടങ്ങി.

"ദാ, നോക്കുന്നേ. ഈ വീട് പണ്ടത്തേതിനേക്കാൾ സൗകര്യ മുള്ളതാണ്. സംശയമില്ല. എന്നാലും എനിക്കൊരാഗ്രഹം. നമുക്ക് രാജകൊട്ടാരം പോലെ നല്ല വലിയ ഒരു വീട്ടിൽ താമസിക്കണം. നിങ്ങൾ ആ കാളയോട് ചോദിച്ചാൽ അങ്ങേര് എന്റെ ആഗ്രഹം നിഷ്പ്രയാസം സാധിച്ചതരും. തീർച്ച."

"നമുക്ക് ഈ വീട് ധാരാളം മതി എന്നാണ് എന്റെ അഭിപ്രായം. എന്നതന്നെയല്ല. ഞാൻ ചെയ്ത ഒരു സഹായത്തിന് വീണ്ടും വീണ്ടും ആ കാളമീനിനെ ഇങ്ങനെ ശല്യപ്പെടുത്തുന്നത് ശരിയുമല്ല."

"ഓ. അല്ലെങ്കിലും നിങ്ങളെപ്പോഴും ഇങ്ങനെയാ. എന്റെ ആഗ്രഹ ങ്ങൾക്കൊന്നും ഒരു വിലയും കൊടുക്കുകയില്ല." അല്പം നിർത്തിയിട്ട് അവർ വീണ്ടും തുടർന്നു.

"നിങ്ങൾ ആ കാളക്ക് അവന്റെ ജീവനാ തിരിച്ചുകൊടുത്തത്. അതുമറക്കണ്ട. അതുകൊണ്ട് എനിക്ക് നല്ല തീർച്ചയാ; നിങ്ങൾ ആവശ്യപ്പെട്ടാൽ അത് നമ്മുടെ ആഗ്രഹം സാധിച്ചതരും. ഒരു കൊട്ടാ രത്തിൽ ജീവിക്കാനുള്ള ആഗ്രഹം എന്താ അത്ര മോശമാണോ?" തന്റെ ഭാര്യയെ സമാധാനിപ്പിക്കാനായി മറ്റ് വഴിയൊന്നുമില്ലാതെ അയാൾ കടൽക്കരയിലേക്ക് യാത്ര തിരിച്ചു. കടൽ തീരത്ത് എത്തിയപ്പോൾ കണ്ടത് കരിനീല നിറത്തിൽ നിശ്ചലമായി കിട ക്കുന്ന കടലാണ്. ആ തീരത്തുനിന്ന് അയാൾ കാളമീനിനെ വിളിച്ചു. അയാളുടെ വിളികേട്ടും കാള അവിടെയെത്തി.

"ഓ, സ്നേഹിതനോ? അങ്ങേയ്ക്ക് എന്താണ് ആവശ്യം പറഞ്ഞോളൂ."

"എനിക്ക് ഇഷ്ടമുണ്ടായിട്ടല്ല. എങ്കില്യം ഭാര്യ നിർബന്ധിക്ക
മ്പോൾ..."

"എല്ലാം മനസ്സിലായി. അങ്ങ് വിഷമിക്കേണ്ട. എന്താണ് വേണ്ട
തെന്ന് പറഞ്ഞുകൊള്ളുക."

"ഭാര്യ ആഗ്രഹിക്കുന്നത് ഒരു വലിയ കൊട്ടാരസദൃശമായ
വീടാണ്."

"അത്രയല്ലേ വേണ്ടൂ. അങ്ങയുടെ ഭാര്യക്ക് അവർ ആഗ്രഹിച്ചതു
പോലെയുള്ള ഒരു കൊട്ടാരം കിട്ടിക്കഴിഞ്ഞിരിക്കുന്ന എന്ന സംതൃപ്തി
യോടെ അങ്ങ് വീട്ടിലേക്ക് മടങ്ങിക്കൊള്ളുക." അത്രയും പറഞ്ഞിട്ട്
കാളമീൻ സമുദ്രത്തിന്റെ ആഴങ്ങളിലേക്ക് അപ്രത്യക്ഷനായി.

മുക്കുവൻ തിരികെ വീട്ടിലെത്തിയപ്പോൾ കണ്ടത് പരിചാരകർ
ക്ക് പല നിർദ്ദേശങ്ങളും നൽകിക്കൊണ്ട് സന്തോഷവതിയായി
നിൽക്കുന്ന ഭാര്യയെയാണ്. ഒരു വലിയ കൊട്ടാരം; രാജകീയമായ
എല്ലാ സൗകര്യങ്ങളോട്ടും കൂടിയത്; വിശാലമായ പൂമുഖം; മുൻപിൽ
ഒരു വിസ്തൃതമായ ഉദ്യാനം; വിശാലമായ സ്വീകരണ മുറി; പരവതാ
നികൾ വിരിച്ച മാർബിൾ തറ; അൻപത് ആളകൾക്ക് ഒരേ സമയം
ഒന്നിച്ചിരുന്ന് ആഹാരം കഴിക്കാൻ കഴിയുന്നത്ര വലിയ തീൻമേശ
അനേകം പരിചാരകർ– അങ്ങനെ എല്ലാമെല്ലാം. അയാളെക്കണ്ടതും
ഭാര്യ ഓടിവന്ന് സന്തോഷത്തോടെ സ്വീകരിച്ചു. അയാൾ പറഞ്ഞു.

"നമുക്കിനി കൂടുതലായി ഒന്നും ആവശ്യമില്ല. അല്ലേ. ഭാര്യേ.
സുഖമായി ഇനിയുള്ള കാലം കഴിക്കാം. ശരിയല്ലേ?"

"അതെയതെ. എല്ലാം സൗകര്യങ്ങളും തല്ലാലം ഉണ്ട്. നോക്കാം."
ഭാര്യ പ്രതിവചിച്ചു. ദിവസങ്ങൾ കടന്നുപോയി. വീണ്ടും അന്നൊരു
ദിവസം മുക്കുവന്റെ ഭാര്യ അയാളോട് പറഞ്ഞു.

"സ്നേഹമുള്ള ഭർത്താവേ, എന്തുകൊണ്ട് നമുക്ക് രാജാവും
രാജ്ഞിയും ആയിക്കൂടാ. എനിക്ക് രാജ്ഞിയായി ജീവിക്കാൻ ഒരു
പാട് കൊതിയാകുന്നു."

"നമുക്ക് സന്തോഷമുള്ള ഈ ജീവിതം ധാരാളമല്ലേ? എന്തിനാ
ഇതിൽക്കൂടുതലൊക്കെ ആഗ്രഹിക്കുന്നത്?"

"ഛെ. ഛെ. അതെന്താ അങ്ങനെ? നമുക്ക് രാജാവും രാജ്ഞിയും
ആയാൽ എന്താ തകരാറ്? ഇതെന്റെ വലിയ ഒരാഗ്രഹമാ. നിങ്ങൾ
ആ കാളയോട് ചോദിച്ചാൽ ഒരു പ്രയാസവുമില്ലാതെ എന്റെ ഈ
ആഗ്രഹവും നിറവേറും. സംശയമില്ല. നിങ്ങളൊന്ന് പോയിട്ടുവാ."
ഭാര്യ അയാളെ വളരെയധികം നിർബന്ധിച്ചു.

മനസ്സില്ലാ മനസ്സോടെ അയാൾ കടൽതീരത്തേക്ക് നടന്നു.

ഇരുണ്ട് ചാരനിറത്തിൽ ഏത് നിമിഷവും പ്രക്ഷുബ്ധമാകാൻ തയ്യാറായി കിടന്ന കടൽ തീരത്തുനിന്ന് അയാൾ കാള മീനിനെ വിളിച്ചു.

കാളമീൻ പ്രത്യക്ഷപ്പെട്ടതും മുക്കുവനോട് ചോദിച്ചു.

"എന്താ. നിന്റെ ഭാര്യക്ക് ഇനിയും എന്തെങ്കില്യം ആഗ്രഹങ്ങള ണ്ടോ?"

"അതേ സുഹൃത്തേ. ഇഷ്ടമല്ലെങ്കില്യം അവൾക്കവേണ്ടി അങ്ങയോട് ചോദിച്ചല്ലെ തരമുള്ളൂ?"

"ശരി. ശരി. എന്താ വേണ്ടത്' പറയൂ"

"അവൾക്ക് ഒരു രാജ്ഞിയാകാൻ മോഹം."

"അവൾ രാജ്ഞിയായിക്കഴിഞ്ഞിരിക്കുന്നു. സന്തോഷമായില്ലേ? ഇനി വീട്ടിലേക്ക് മടങ്ങിക്കൊള്ളുക" അത്രയും പറഞ്ഞ് കാള സ്ഥലം വിട്ടു.

തിരികെ വീട്ടിലെത്തിയ മുക്കുവൻ കണ്ടത് വലിയ ഒരു സിംഹാ സനത്തിലിരുന്ന് ചുറ്റും നിൽക്കുന്നവർക്ക് നിർദ്ദേശങ്ങൾ നൽകുന്ന ഭാര്യയെയാണ്. സ്വർണ്ണനിർമ്മിതമായ കിരീടം തലയിൽ ചൂടി ഗാംഭീര്യത്തോടെ ഇരുന്നിരുന്ന ഭാര്യയുടെ മുന്നിൽ ആജ്ഞകൾ പ്രതീക്ഷിച്ച് നിൽക്കുന്ന പടത്തലവന്മാർ; നാട്ടുമുഖ്യന്മാർ; അനവധി പരിചാരകർ; മന്ത്രിമാരും ഉപദേശകരും; എല്ലാം ഒരു രാജകൊട്ടാര ത്തിൽ എന്നതുപോലെ.

കുറച്ചനേരം അതെല്ലാം നോക്കിനിന്നതിന് ശേഷം അയാൾ ഭാര്യയോട് ചോദിച്ചു.

"അപ്പോൾ ആഗ്രഹിച്ചതുപോലെ നീ ഒരു രാജ്ഞിയായി. ഇപ്പോൾ സന്തോഷമായില്ലേ?"

"അതെയതെ. സംശയമില്ല."

പക്ഷേ കുറച്ചദിവസങ്ങൾ കഴിഞ്ഞ് ഒരു ദിവസം രാജ്ഞി ഭർത്താ വിനോട് പറഞ്ഞു.

"കേട്ടോ. സത്യം പറയാമല്ലോ. ഈ രാജ്ഞിയായി മാത്രം കഴി യുന്നതിൽ ഞാൻ തൃപ്തയല്ല. എല്ലാ വിധത്തിലും ഒരു ചക്രവർത്തിനി ആയി ജീവിക്കാൻ ഞാൻ യോഗ്യയാണ്. അതുകൊണ്ട് കുറച്ചദിവസ ങ്ങളായി ഞാൻ ആലോചിച്ചുകൊണ്ടിരിക്കുകയാണ്; എന്തുകൊണ്ട് ഒരു ചക്രവർത്തിനി ആയിക്കൂടാ എന്ന്."

"വേണ്ട ഭാര്യേ. വേണ്ട. നമുക്ക് ഇതുപോലെയൊക്കെ ജീവിക്കാൻ കഴിയുന്നതു തന്നെ മഹാഭാഗ്യം. ഇതിനപ്പുറം ഒന്നും വേണ്ട."

“എന്റെ ഭർത്താവേ. അങ്ങ് എന്താണീപ്പറയുന്നത്? നമുക്ക് ചക്ര വർത്തിയും ചക്രവർത്തിനിയും ആകാനുള്ള എല്ലാ യോഗ്യതകളും ഉണ്ട്. അതുകൊണ്ട് അങ്ങ് ഉടനേതന്നെ പോയി ആ കാളയോട് നമ്മുടെ ആഗ്രഹം അറിയിക്കണം.”

“വേണ്ട. നാം കൂടുതലായി ആഗ്രഹങ്ങളുമായി സ്നേഹിതൻ കാളയേ സമീപിക്കുന്നത് ശരിയല്ലെന്നാണ് എന്റെ അഭിപ്രായം. മാത്രവുമല്ല. കൂടെക്കൂടെ നാം ഇങ്ങനെ ഓരോന്ന് ചോദിക്കുന്നത് കാളക്കും ഇഷ്ടമാകുമോ എന്നറിയില്ല.”

“അങ്ങെന്താ ഈ പറയുന്നത്. ആ കാള നമുക്ക് വെറുതെയല്ല ല്ലോ ഈ ചില്ലറ സഹായങ്ങളൊക്കെ നൽകുന്നത്. അങ്ങ് അവന് നൽകിയത് അവന്റെ ജീവനാണെന്ന് അങ്ങ് മറന്നുപോയോ?” അല്പം നിർത്തിയിട്ട് അവർ വീണ്ടും തുടർന്നു.

“ഞാൻ രാജ്ഞിയാണെന്ന കാര്യം അങ്ങ് മറക്കുകയാണെന്ന് തോന്നുന്നു. ഇത് രാജ്ഞിയുടെ തീരുമാനമാണ്. ഈ തീരുമാനത്തെ ബഹുമാനിക്കുകയും നടത്തിത്തരുവാൻ സഹായിക്കുകയും ചെയ്യുക എന്നത് അങ്ങയുടെ കടമയാണ്. അതുകൊണ്ട് ഒട്ടും താമസിക്കാതെ അങ്ങ്, കാളയുടെ അടുക്കലേക്ക് പോകുക.”

അയാൾ വീണ്ടും കടൽത്തീരത്തേക്ക് പോയി. പോകുമ്പോൾ അയാൾ ചിന്തിച്ചു. 'ഇത് അത്ര ശരിയായ കാര്യമല്ല. ആ കാള ഒരു ദിവസം എന്നോട് നീരസം കാണിച്ചാലും അതിശയിക്കാനൊന്നു മില്ല.' അങ്ങനെ ആലോചിച്ച് കടൽത്തീരത്ത് എത്തിയ മുക്കവൻ കണ്ടത് കറുത്ത് ഇരുണ്ട നിറത്തിൽ കിടന്ന വെള്ളമാണ്. കൂടാതെ കടൽ അത്ര അക്ഷോഭ്യമായ ഒരുവസ്ഥയിലുമായിരുന്നില്ല. അയാൾ വിളിച്ചപ്പോൾ അല്പം താമസിച്ചിട്ടാണെങ്കിലും കാള പ്രത്യക്ഷപ്പെട്ടു.

“ഓ. സ്നേഹിതൻ മുക്കവാനാണോ? അങ്ങയുടെ ഭാര്യയുടെ മോഹങ്ങൾ ഇനിയും തീർന്നില്ലേ? ഇന്ന് എന്താണാവോ മോഹം? ആ ശബ്ദത്തിൽ അല്പം പരിഭവം കലർന്നിരുന്നു. എന്ന് മുക്കവന് തോന്നാതിരുന്നില്ല.

“എന്റെ ഭാര്യക്ക് ഒരു ചക്രവർത്തിനി ആകാൻ ആഗ്രഹം.”

“ആയിരിക്കുന്നു. ഇനി പൊയ്ക്കൊള്ളൂ.” മറ്റൊന്നും പറയാതെ കാള അപ്രത്യക്ഷനായി. തിരികെ വീട്ടിലെത്തിയ മുക്കവൻ കണ്ടത് ഒരു ഉയർന്ന സിംഹാസനത്തിൽ ഇരിക്കുന്ന ചക്രവർത്തിനി ഭാര്യയെ യാണ്. മുൻപിൽ പലപല നാട്ടുരാജാക്കന്മാരും രാജകുമാരന്മാരും പഞ്ചപുച്ഛമടക്കി നിൽക്കുന്നു. അനേകം സേവകർ തിരക്കുപിടിച്ച് ഓടിനടക്കുന്നു. കൊട്ടാര വാതുക്കൽ സജ്ജമായി നിൽക്കുന്ന

കുതിരകളും കുതിരപ്പടയാളികളും. അയാൾ തികഞ്ഞ ആശ്ചര്യ ത്തോടെ ഭാര്യയെനോക്കി ചോദിച്ചു.

"ഇപ്പോൾ നീ ചക്രവർത്തിനിയുമായി. ഇനി കൂടുതൽ ആഗ്രഹങ്ങ ളൊന്നുമില്ലെന്ന് വിചാരിക്കട്ടെ"

"പ്രഭോ. അങ്ങനെ പറയാനായിട്ടില്ല. നല്ലതുപോലെ ആലോചിച്ച് സാവകാശമായി നമുക്കൊരു തീരുമാനം എടുക്കാം." രണ്ടുമൂന്ന് ദിവ സങ്ങൾക്കുള്ളിൽതന്നെ ചക്രവർത്തിനി ഭർത്താവിനോട് പറഞ്ഞു.

"പ്രഭോ. നമ്മുടെ പ്രജകളിൽ ബഹുഭൂരിഭാഗവും പോപ്പിനെ അംഗീ കരിക്കുന്നവരാണ്. നമുക്ക് ജനങ്ങളുടെ മദ്ധ്യത്തിൽ നല്ല അന്തസ്സും ബഹുമാനവും കിട്ടണമെങ്കിൽ ചക്രവർത്തിയും ചക്രവർത്തിനിയും മാത്രമായാൽ പോരാ. കൂടെത്തന്നെ പോപ്പും ആകണം."

"നീ എന്ത് വിഡ്ഢിത്തമാ പറയുന്നത്? തിരുസഭയ്ക്ക് ഒരു പോപ്പുമാ ത്രമാണുള്ളത്. രണ്ടാമത് ഒരുപോപ്പ് ഉണ്ടാകുകയില്ല."

'പ്രഭോ. ഞാൻ പറഞ്ഞില്ലെ? എനിക്ക് ചക്രവർത്തിനി മാത്രമാ യാൽ പോരാ. പോപ്പും കൂടി ആകണം."

അയാൾ എന്തോ മറുപടിപറയാൻ ഇടങ്ങുകയായിരുന്നു. പക്ഷേ ഭാര്യ വേഗം തന്നെ പറഞ്ഞു.

"തർക്കിച്ചനിർക്കാതെ അങ്ങ് ഉടനെ ആ കാളയുടെ അടുത്തേക്ക് പോയാലും."

കടൽത്തീരത്ത് മുക്കുവൻ കണ്ടത് പ്രക്ഷുബ്ധമായ കടലാണ്, തിരമാലകൾ ഉയരത്തിൽ വന്ന് തീരത്ത് ആഞ്ഞടിക്കുന്നുണ്ടായി രുന്നു. ആകാശം ചുവന്നിരുന്നു. ഇടക്കുണ്ടായ ഇടിമുഴക്കവും മിന്നലും അയാളെ ഭയപ്പെടുത്തി. എങ്കിലും ഭാര്യക്കുവേണ്ടിയല്ലെ. അയാൾ ധൈര്യം സംഭരിച്ച് കാളയെ വിളിച്ചു. കാള താമസിക്കാതെ അവി ടെയെത്തി. മുക്കുവൻ പറഞ്ഞു.

"സ്നേഹിതാ. താങ്കൾ എന്നോട് ക്ഷമിക്കണം. ഭാര്യയുടെ നിർബന്ധം കൊണ്ടാ ഞാനിങ്ങനെയൊക്കെ ചെയ്യുന്നത്"

"ശരി. എല്ലാം എനിക്ക് മനസ്സിലാകുന്നുണ്ട്. താങ്കളുടെ ഭാര്യയുടെ ഇപ്പോഴത്തെ മോഹം എന്താണ്?"

"അവൾക്ക് ചക്രവർത്തിനിയായിരിക്കുന്നതിനോട് ഒപ്പം തന്നെ പോപ്പും കൂടിയാകണം."

"ആയിരിക്കും. ഇനി പെട്ടൊള്ളൂ" മുക്കുവൻ തിരികെ വീട്ടിലെ ത്തി. അവിടെ കണ്ടതോ? തികച്ചും അമ്പരപ്പിക്കുന്ന കാഴ്ചതന്നെ. തന്റെ ഭാര്യ ഒരേ സമയം ചക്രവർത്തിനിയും പോപ്പുമായിരിക്കുന്നു.

അവൾ ഇരുന്നിരുന്ന ഡർബാർ ഹാളിൽ ഒരു ഭാഗത്ത് രാജകീയമായ എല്ലാ സംവിധാനങ്ങളും; മറുഭാഗത്ത് ഒരു വലിയ പള്ളിയുടെ അന്തരീ ക്ഷം; കത്തിച്ചുവെച്ച നിരവധി മെഴുകുതിരികൾ; നിരനിരയായി നിന്ന് കുമ്പസാരിക്കുന്ന അനേകം ഭക്തർ. അയാൾ ഭാര്യയോടായി പറഞ്ഞു.

"നിനക്കിപ്പോൾ തികഞ്ഞ സന്തോഷമായില്ലേ? ഇനി ഇതിന പ്പുറം മോഹങ്ങൾ ഒന്നുമില്ലല്ലൊ. ഇല്ലാതിരിക്കുന്നതാ നല്ലത്."

"ആലോചിച്ചുനോക്കട്ടെ."

അടുത്ത ദിവസം നേരം വൈകാരായ സമയത്ത് ആ മുക്കവസ്ത്രീ ഭർത്താവിനോട് പറഞ്ഞു.

"പ്രിയപ്പെട്ട പ്രഭോ. എനിക്ക് ഒരാഗ്രഹം കൂടി ഉണ്ട്."

തികഞ്ഞ അമ്പരപ്പോടെ മുക്കവൻ ചോദിച്ചു.

"ഇനിയും ആഗ്രഹമോ? നിന്റെ ആഗ്രഹങ്ങൾ എന്നാണ് അവസാ നിക്കുക?"

"അങ്ങ് എനിക്ക് ഈ ഒരാഗ്രഹവും കൂടി സാധിച്ചുതന്നാൽ പിന്നെ ഞാൻ വേറെ ഒരാഗ്രഹവും അങ്ങയോട് പറയുകയില്ല. തീർച്ച."

"എന്താണാവോ അടുത്ത ആഗ്രഹം. കേൾക്കട്ടെ."

"നോക്കൂ. ഈ ലോകത്ത്. നടക്കുന്ന എല്ലാം ഈശ്വന്റെ ഇച്ഛ യോടെയാണ്. അദ്ദേഹമാണ് എല്ലാം നിയന്ത്രിക്കുന്നത്. എല്ലാ ത്തിന്റെയും ഉടമസ്ഥാവകാശവും അദ്ദേഹത്തിനാണ്. എനിക്ക് ആ ഈശ്വരനെപ്പോലെ മറ്റൊരു ഈശ്വരനാകണം. പ്രഭോ. അങ്ങ് ഉടനെ പുറപ്പെട്ടാലും."

"പ്രിയപ്പെട്ട ഭാര്യേ നിന്റെ ഈ ആവശ്യം നിറവേറ്റാൻ കാളക്ക് കഴിഞ്ഞെന്ന് വരില്ല. നീ ഇതിനവേണ്ടി നിർബന്ധം പിടിക്കാതിരി ക്കുന്നതാ നല്ലതെന്നാണ് എന്റെ അഭിപ്രായം."

"ഇതെന്റെ ആഗ്രഹവും നിർബന്ധവും ആണ്; ഉടനെ പോയി കാളയോട് എന്റെ ആവശ്യം പറയുക."

അല്പനേരം ഇതികർത്തവ്യതാ മൂഢനായി നിന്ന മുക്കവനോട് അയാളുടെ ഭാര്യ വീണ്ടും പറഞ്ഞു.

"എന്താ ആലോചിച്ച് സമയം കളയുന്നത്? വേഗം കാളയുടെ അടുത്തേക്ക് പോയാലും."

കടൽ വളരെയധികം ക്ഷോഭിച്ചിരുന്നു. സുനാമി വന്നാലെന്നതു പോലെ ഉയരത്തില്ലുള്ള തിരമാലകൾ കടൽക്കരയിലേക്ക് കുതിച്ച കയറുകയും ഇറങ്ങുകയും ചെയ്യുന്ന കാഴ്ച അയാളെ ഭയാകുലനാക്കി. ആകാശം കറുത്ത മേഘങ്ങളാൽ മൂടപ്പെട്ടിരുന്നു. പേമാരിയും ഇടിയും

മിന്നലും. അയാൾ ഭയന്ന് വിറച്ചു. എങ്കിലും ധൈര്യം സമ്പാദിച്ച് കാളയെ വിളിച്ചു. അവിടെയെത്തിയ കാളയുടെ സ്വരം പരുഷമായിരുന്നു.

"നിങ്ങളുടെ ഭാര്യയുടെ അടുത്ത ആവശ്യം പറഞ്ഞാലും."

അയാൾ മടിച്ചു മടിച്ച് പറഞ്ഞു.

"അവൾക്ക്.... അവൾക്ക്.... ഈശ്വരനാകണം."

"ശരി. താൻ വീട്ടിൽപോയി നോക്ക്. അപ്പോളറിയാം. അവൾ എന്തായിരിക്കുന്നവെന്ന്?"

മുക്കവൻ വളരെ ആകാംക്ഷയോട്ട കൂടിയാണ് വീട്ടിലേക്ക് മടങ്ങിയത്. അവിടെ അയാൾ കണ്ടകാഴ്ച എന്തായിരുന്നു എന്ന് നിങ്ങൾക്ക് ഊഹിക്കാൻ കഴിയുമോ? കഴിയുമെങ്കിൽ ഒന്നൂഹിച്ചനോക്കൂ.

അവർ അന്നുമുതൽ (ഇപ്പോഴും) അവരുടെ പഴയ സൗകര്യങ്ങളൊന്നുമില്ലാത്ത വൃത്തിഹീനമായ കുടിലിലാണ് താമസം എന്നാണ് അറിവ്.

ഈ കഥ വായിച്ചിട്ട് നിങ്ങൾക്കെന്താണ് പഠിക്കാൻ കഴിഞ്ഞത്? ചിന്തിച്ച് നോക്കൂ.

കലപ്പയിൽ കെട്ടപ്പെട്ട മനുഷ്യൻ

പലപല വർഷങ്ങൾക്കുമുൻപ് ഒരു വലിയ മലമുകളിലേക്കുള്ള വഴിയോരത്ത് സ്ഥിതി ചെയ്തിരുന്ന ടാൻബർഗ് കൊട്ടാരത്തിൽ താമസിച്ചിരുന്ന കോനാഡ് എന്ന കുലീന കുടുംബജാതനും വീരനു മായിരുന്ന പ്രഭുവിനെക്കുറിച്ചുള്ള കഥയാണ് ഇത്. അദ്ദേഹത്തിന്റെ പ്രഭ്വി ആൻ സുന്ദരിയും തികഞ്ഞ ഈശ്വരവിശ്വാസിയും ആയിരുന്നു. ഒരിക്കൽ ആൻപ്രഭ്വിക്ക് കലശലായ ഒരു രോഗം പിടിപെട്ടു. ആ സമയത്ത് കോനാഡ് ഒരു നേർച്ച പ്രതിജ്ഞ എടുത്തു. 'തന്റെ ഭാര്യ സുഖം പ്രാപിക്കുകയാണെങ്കിൽ താൻ വിശുദ്ധ ശവകുടീരത്തിലേക്ക് തീർത്ഥാടനം നടത്തുന്നതാണെന്നും അവിടെയുള്ള അവിശ്വാസിക ളോട് പൊരുതി അവരെ തോല്പിക്കുമെന്നും ആയിരുന്ന പ്രതിജ്ഞ. ആഗ്രഹിച്ചതുപോലെ ആൻ സുഖം പ്രാപിച്ചു. കുറേ ദിവസങ്ങൾക്കു ശേഷം ഒരുനാൾ വിഷമത്തോടെയെങ്കിലും കോനാഡ് ഭാര്യയോട് വിടപറഞ്ഞു. തീർത്ഥാടനയാത്ര ആരംഭിച്ചു.

അടുത്തുള്ള തുറമുഖപട്ടണത്തിൽ എത്തിയ പ്രഭു അവിടെ പലരേയും കാണുകയും പരിചയപ്പെടുകയും ചെയ്തു. അവരെല്ലാം ചേർന്ന് ഒരു കപ്പലിൽ യാത്ര തുടർന്നു.

യാത്രക്കിടയിൽ അവരുടെ കപ്പൽ കടൽകൊള്ളക്കാർ ആക്രമിച്ച് കീഴ്പ്പെടുത്തി. കോനാഡിനേയും മറ്റ് യാത്രക്കാരെയും കൊള്ളക്കാർ തടവുകാരാക്കി; ഒരു ധനികന് അവരെ അടിമകളായി വിൽക്കുകയും ചെയ്തു.

ചില വർഷങ്ങൾ കടന്നുപോയി. അദ്ദേഹത്തിന്റെ വിവരങ്ങളൊ ന്നും കിട്ടാതെ ആൻ പ്രഭ്വി അധികം ആകാംക്ഷാഭരിതയും ദുഃഖി തയുമായി. അതിനിടയ്ക്ക് മറ്റ് പല പ്രഭുക്കന്മാരിൽനിന്നും വിവാഹാ ഭ്യർത്ഥനകൾ വന്നുവെങ്കിലും കോനാഡിനെ സ്നേഹിച്ചിരുന്ന അവർ അതിലൊന്നും താല്പര്യം കാണിച്ചില്ല. അതുകൊണ്ട് അവർക്ക് ചുറ്റും പകയും വിദ്വേഷവും ഉള്ള ഒരു കൂട്ടം ആളുകൾ ഉണ്ടാകുകയും ചെയ്തു. അങ്ങിനെയിരിക്കെ തീർത്ഥാടനം കഴിഞ്ഞ് മടങ്ങിയെത്തിയ ഒരു

സുഹൃത്തിൽനിന്നും കേട്ട വിവരം പ്രഭിയെ വളരെയധികം ദുഃഖിത യാക്കി. കോനാഡ്ഡും സ്നേഹിതന്മാരും അടിമകളായി തുർക്കിയിൽ ഉണ്ടെന്നും അവിടെ അവർ വളരെയധികം പീഡിപ്പിക്കപ്പെടുന്നുവെ ന്നും കേട്ട വാർത്ത ദുസ്സഹമായിരുന്നു. വളരെയധികം ആലോചിച്ച തിനുശേഷം തന്റെ ഭർത്താവിനെ എന്ത് ത്യാഗം സഹിച്ചായാലും രക്ഷിക്കണമെന്ന് പ്രഭി തീർച്ചയാക്കി. അതിന് മറ്റാരെയും അറിയി ക്കാതെ അവർ ഇറിണ്ണിറങ്ങുകയും ചെയ്തു.

ആൻ പരിചാരകരെയെല്ലാം വിളിച്ച് താൻ ഒരു ദൂരയാത്രക്ക് പോകുകയാണെന്നും കുറച്ചനാൾ കഴിഞ്ഞേ മടങ്ങി വരികയുള്ളെന്നും അറിയിച്ചു. പിന്നീട് തനിക്കായി കുറേ പുരുഷന്മാരുടേതുപോലുള്ള വസ്ത്രങ്ങൾ സംഘടിപ്പിച്ചു. പുരുഷവസ്ത്രം ധരിച്ച് ആൻ യാത്രതിരിച്ചു. തനിക്ക് ഇഷ്ടപ്പെട്ട സാരംഗിയും ആവശ്യത്തിന് പണവും എടുക്കാൻ മറന്നില്ല.

തുർക്കിയിലെത്തിയ ആൻ പലയിടങ്ങളിലും അന്വേഷിച്ച് ഒടുവിൽ കോനാഡ് അടിമയായി പണിയെടുക്കുന്ന സ്ഥലവും ഉടമ സ്ഥനായ ധനികനെയും കണ്ടെത്തി. പുരുഷവേഷധാരിയായ ആൻ ആ ധനികനെ സമീപിച്ച് തനിക്ക് അദ്ദേഹത്തിന്റെ മുമ്പിൽ സാരംഗി വായിക്കാൻ ഒരവസരം ആവശ്യപ്പെട്ടു. സംഗീതത്തിൽ തൽപര നായ അയാൾ അതിന് സമ്മതിക്കുകയും ചെയ്തു. അങ്ങനെ ആൻ ആ ധനികന്റെ സഭയിൽ വളരെ സുന്ദരമായി സാരംഗി വായിച്ചു. അയാളെ സന്തോഷപ്പിച്ചു. ആനിന്റെ സാരംഗി വായനയിലുള്ള പ്രാവണ്യം അയാളെ അമ്പരപ്പിച്ചു. വളരെയധികം സന്തുഷ്ടനായ അയാൾ ആനിനോട് പറഞ്ഞു.

"ഹേ. സാരംഗി വിദ്വാനേ, ഞാൻ താങ്കളുടെ സാരംഗി വായനയിൽ അതീവ സന്തുഷ്ടനാണ്. അങ്ങയ്ക്ക് ഒരു പാരിതോഷികം നൽകാൻ ഞാനാഗ്രഹിക്കുന്നു. അങ്ങയ്ക്ക് എന്തായിരിക്കും ഇഷ്ടപ്പെടുക?"

"വിരോധമില്ലെങ്കിൽ എന്റെ സേവനങ്ങൾക്കായി അങ്ങയുടെ അടിമകളിൽ ഒരാളെ തന്നാൽ നന്നായിരിക്കും."

"അത്രയേയുള്ളോ. അതിനെന്താ വിഷമം. അങ്ങയ്ക്ക് ഇഷ്ടപ്പെട്ട അടിമയെ അങ്ങ് തിരഞ്ഞെടുത്തുകൊള്ളുക."

ആൻ അടിമകളുടെ കൂട്ടത്തിൽ നിന്ന് കോനാഡ്ഡിനെ തിരഞ്ഞെ ടുത്തു. ധനികന്റെ അനുവാദത്തോടെ കോനാഡ്ഡിനെയും കൂട്ടി അവി ടെനിന്നും യാത്രതിരിച്ചു. കപ്പലിൽ യാത്രചെയ്ത് തിരികെ ജർമ്മൻ നാടിന്റെ അതിർത്തിയിൽ എത്തിച്ചേർന്നതിനുശേഷം പുരുഷവേഷ ധാരിയായിരുന്ന ആൻ യാതൊരു സംശയത്തിനും ഇടനൽകാതെ കോനാഡ്ഡിനോട് പറഞ്ഞു.

"ഇനി എനിക്ക് ഒരടിമയുടെ സേവനങ്ങളൊന്നും ആവശ്യമില്ല.

അതുകൊണ്ട് താങ്കളെ ഞാൻ ദാസ്യത്തിൽ നിന്നും മോചിപ്പിച്ചിരി
ക്കുന്നു. അങ്ങയുടെ വീട്ടിലേക്കുള്ള യാത്രച്ചിലവിനും മറ്റുമായി ഈ
പണം കൈയ്യിൽ വെച്ചോളൂ.”

അങ്ങനെ കുറച്ച് പണവും കൊടുത്ത് കോനാഡിനെ യാത്ര
അയച്ചതിനശേഷം ഒട്ടും സമയം കളയാതെ ആനും സ്വന്തം കൊട്ടാ
രത്തിലേക്ക് മടങ്ങി. കോനാഡ് എത്തുന്നതിന് മുമ്പുതന്നെ ആൻ
കൊട്ടാരത്തിൽ മടങ്ങി എത്തുകയും ചെയ്തു. കുറച്ച് ദിവസങ്ങൾക്ക
ള്ളിൽ കോനാഡും അവിടെ എത്തി. ആൻ അദ്ദേഹത്തെ സന്തോ
ഷത്തോടെ വരവേറ്റു.

ചുറ്റപാടുമുള്ള മറ്റ് പൗരന്മാരും പ്രഭുക്കന്മാരും കോനാഡിന്റെ
തിരിച്ചുവരവ് അറിയാൻ ഇടയായി. അവർ ഓരോരുത്തരായി
കോനാഡിനെ വന്ന് കാണുകയും അദ്ദേഹം തിരികെയെത്തിയതിൽ
സന്തോഷം പ്രകടിപ്പിക്കുകയും ചെയ്തു. അങ്ങനെ സുഹൃത്തുക്കളുമായി
ഒത്തുകൂടിയ സന്ദർഭങ്ങളിൽ ആ യാത്രയിൽ താനനുഭവിച്ച കഷ്ടങ്ങ
ളെക്കുറിച്ചും ദുരിതപൂർണ്ണങ്ങളായ ദിവസങ്ങളെക്കുറിച്ചും പറയുക
കോനാഡ് പതിവാക്കിയിരുന്നു. സുഹൃത്തുക്കളും അതുപോലെ ആ
കാലത്ത് നാട്ടിൽ നടന്ന വിശേഷങ്ങൾ അദ്ദേഹത്തോട്ടും പറയു
മായിരുന്നു. എന്നാൽ കുബുദ്ധികളായ ചില സ്നേഹിതന്മാർ ആ
സന്ദർഭങ്ങൾ ഉപയോഗിച്ച് ആനിനെക്കുറിച്ച് പല കിംവദന്തികളും
കോനാഡിനോട് പറയുവാൻ അവസരം കണ്ടെത്തുമായിരുന്നു.
കോനാഡിന്റെ നീണ്ടയാത്രയുടെ ദിവസങ്ങളിൽ ആനും ദേശം
ചുറ്റുകയായിരുന്നു എന്നും അവർ പുരുഷവേഷത്തിൽ താന്തോന്നി
യായി ജീവിക്കുകയായിരുന്നു എന്നും അവളുടെ സ്വഭാവം അത്ര
നല്ലതല്ല എന്നും മറ്റുമുള്ള കഥകൾ കോനാഡിനെ രോഷാകുലനാ
ക്കി. ആനിനെ കൊല്ലാൻ പോലും കോനാഡ് സന്നദ്ധനായി. ആ
അവസരത്തിൽ ആൻ തന്റെ മുറിയിൽ ഓടിക്കയറി കതകടച്ചു.
പിന്നീട് തന്റെ പുരുഷവേഷം ധരിച്ച് സാരംഗിയും കയ്യിലെടുത്തു
കൊണ്ട് മുറിക്ക് വെളിയിൽ വന്നു. ആനിനെ ആ വേഷത്തിൽ കണ്ട
കോനാഡ് തന്നെ തുർക്കിയിലെ അടിമത്തത്തിൽ നിന്നും മോചിപ്പി
ച്ച വ്യക്തിയെ ഓർത്തു. അത് തന്റെ ഭാര്യ ആൻ തന്നെയായിരുന്ന
എന്ന് അദ്ദേഹത്തിന് ബോധ്യമായി. തന്റെ തെറ്റ് മനസ്സിലാക്കിയ
കോനാഡ് ആനിനോട് കുബുദ്ധികളുടെ കഥകൾ കേട്ട് അവളോട്
കോപിച്ചതിന് ക്ഷമചോദിച്ചു.

അവർ സ്നേഹമുള്ള ഭാര്യഭർത്താക്കന്മാരായി വളരെനാൾ ജീവിച്ചു.

കാട്ടുപന്നി

പണ്ടൊരിക്കൽ ജീവിച്ചിരുന്ന ഒരു രാജാവിന്റേയും അദ്ദേഹത്തി ന്റെ മകന്റേയും കഥയാണിത്. അദ്ദേഹത്തിന്റെ ഭാര്യ ജന്മം നൽകിയത് ഒരേ ഒരാൺകുഞ്ഞിനുമാത്രമാണ്. പക്ഷേ ദുർഭാഗ്യം എന്നല്ലാതെ എന്തുപറയാനാണ്, ആ പുത്രനെ ദുഷ്ടയായ ഒരു മന്ത്രി വാദിനി ശപിച്ചു.

"നീ ഒരു കാട്ടുപന്നിയാകട്ടെ" എന്ന്. അങ്ങനെ ഒരു കാട്ടുപന്നി യായി മാറിയ മകനെയോർത്ത് രാജാവും രാജ്ഞിയും വളരെയധികം ദുഃഖിച്ചു. പക്ഷേ എന്തു ചെയ്യാം. സംഭവിച്ചുപോയില്ലേ? അവർ അവളുടെ പന്നിമകനെ സ്നേഹത്തോടെ വളർത്തി. അവൻ കൊട്ടാര ത്തിനകത്തും പുറത്തുമുള്ള എല്ലാ സ്ഥലങ്ങളിലും ഓടി നടന്നു. അവൻ യാതൊരു വികൃതികളും കാണിക്കാതെ നല്ല കുട്ടിയായിത്തന്നെ വളർന്നു.

രാജാവിന്റെ കൊട്ടാരത്തിൽനിന്നും വളരെ ദൂരെയല്ലാതെ ഒരു പ്രഭുതാമസിക്കുന്നുണ്ടായിരുന്നു. അദ്ദേഹത്തിന് മൂന്ന് പെൺമക്കൾ ഉണ്ടായിരുന്നു. മൂന്നുപേരും സുന്ദരികളായിരുന്നു. ഒരു ദിവസം രാജാവിന്റെ പന്നിമകൻ കൊട്ടാരംവിട്ട് വെളിയിൽ കുറേദൂരം ഓടി ചെന്നെത്തിയത് പ്രഭവിന്റെ വീടിന്റെ മുൻപിലുള്ള ഉദ്യാനത്തിലാണ്. അവിടെ പൂച്ചട്ടികളുടെ നടുവിൽ ഉലാത്തിക്കൊണ്ടിരുന്ന പ്രഭവിന്റെ സുന്ദരിയായ മൂത്തമകളെ കാണാനിടയായി. പന്നിക്ക് ആ പ്രഭുകുമാ രിയെ വളരെ ഇഷ്ടപ്പെട്ടു. വളരെനേരം അവളെത്തന്നെ നോക്കിനിന്ന പന്നികുമാരന് ആ സുന്ദരിയെ വിവാഹം കഴിക്കണമെന്ന ആഗ്രഹം മനസ്സിൽ പടർന്നു പിടിച്ചു. തിരികെ കൊട്ടാരത്തിലെത്തിയ കുമാരൻ അച്ഛനോട് പറഞ്ഞു.

"അച്ഛാ. എനിക്ക് അടുത്ത വീട്ടിലെ പ്രഭുകുമാരിയെ കല്യാണം കഴിക്കണം. അച്ഛൻ എന്റെ ഈ ആഗ്രഹം സാധിച്ചുതരണം."

രാജാവ് മകനെ അങ്ങനെയൊരു വിവാഹം സാധ്യമാകുകയി ല്ലെന്ന് പല വിധത്തിലും പറഞ്ഞ് മനസ്സിലാക്കാൻ ശ്രമിച്ചു. പക്ഷേ

കുമാരൻ സമ്മതിക്കാൻ തയ്യാറായില്ല.

"അച്ഛനല്ലേ, ഇവിടത്തെ രാജാവ്? അച്ഛൻ നിർബന്ധമായി പറഞ്ഞാൽ ആ പ്രഭവിന് സമ്മതിക്കാതിരിക്കാൻ കഴിയുകയില്ല." അവൻ വാശിയോടെ പ്രതികരിച്ചു.

മറ്റ് പേംവഴികളൊന്നുമില്ലാതെ രാജാവ് ഒരു ദൂതനെ ദൗത്യവ്വ മായി പ്രഭവിന്റെ അടുത്തേക്ക് അയച്ചു. വളരെനേരത്തെ സംഭാഷ ണത്തിനുശേഷം രാജാവിന്റെ ദൗത്യം പാടെ നിരസിക്കാൻ പാടില്ല എന്ന നിർബന്ധം കൊണ്ടുമാത്രം പ്രഭ തന്റെ മൂത്തപുത്രിയെ പന്നിക്ക് വിവാഹം കഴിച്ച് കൊട്ടക്കാൻ തീരുമാനിച്ചു. പ്രഭകുമാരിക്ക് ആ വിവാ ഹത്തിന് അല്പം പോലും ഇഷ്ടമില്ലായിരുന്നു. എങ്കിലും അടുത്ത ഒരു ദിവസം ആർഭാടമായി ആ വിവാഹം നടന്നു.

വിവാഹശേഷം വൈകിട്ട് എല്ലാവരും ഉറങ്ങാൻ പോയ സമയത്ത് പ്രഭകുമാരിയും അവർക്കുവേണ്ടി പ്രത്യേകം തയ്യാറാക്കിയി രുന്ന കിടപ്പുമുറിയിൽ ഉറങ്ങാൻ കിടന്നു. കൂടെ വന്ന പന്നികുമാരനം കട്ടിലിൽ കയറി കിടന്നപ്പോൾ യാദൃശ്ചികമായി അവന്റെ കാല്യകൾ പ്രഭകുമാരിയുടെ കഴുത്തിൽ തട്ടാനിടയായി. പന്നിയുടെ കാലല്ലേ? അത് കഴുത്തിൽ ശക്തിയായി തട്ടിയതുകാരണം കുമാരിയുടെ കഴുത്ത് ഉടഞ്ഞ് കുമാരി ദയനീയമായി മരിച്ചു. വിവരമറിഞ്ഞ് എല്ലാവരും ദുഃഖിച്ചു.

കാലം കടന്നുപോയി. ഏതാണ്ട് ഒരു വർഷം കഴിഞ്ഞ് ഒരു ദിവസം പണ്ടത്തേയെപോലെ കൊട്ടാരത്തിനുചുറ്റും ഓടിനടന്ന രാജ കുമാരൻ പ്രഭവിന്റെ രണ്ടാമത്തെ പുത്രിയെ കാണാൻ ഇടയായി. വീണ്ടും ചരിത്രം ആവർത്തിച്ചു. എല്ലാം പഴയതുപോലെ. ആ പ്രഭകുമാരിയെത്തന്നെ വിവാഹം കഴിക്കണമെന്ന രാജകുമാരന്റെ നിർബന്ധം; വാശി; നിവൃത്തിയില്ലാതെ, സമ്മതമില്ലാതെ നടന്ന വിവാഹം; പന്നിയുടെ കട്ടിലിലേക്കുള്ള ചാടിക്കയറ്റം; കുമാരിയുടെ ദുഃഖകരമായ മരണം.

ദുഃഖം സഹിക്കവയ്യാതെ പ്രഭ രാജാവിനോട് പറഞ്ഞു.

"അങ്ങ് കേട്ടാലും. എനിക്ക് ഇനി ഒരു മകളേയുള്ളൂ. അവളാണെ ങ്കിൽ വളരെ ചെറിയ പ്രായവും. വിടരാൻ ഇടങ്ങുന്ന ഒരു പുഷ്പം മാത്രം. അങ്ങയുടെ പുത്രനെ ഈ രാജ്യത്തിൽ നിന്ന് നാട്ടുകടത്തിയില്ലെങ്കിൽ എന്റെ ഇളയ പുത്രിയേയും എനിക്ക് നഷ്ടപ്പെട്ടും."

"അതേ ശരിയാണ്. ഞാനും സമ്മതിക്കുന്നു." രാജാവ് സമ്മതിച്ചു. കൂടാതെ രാജാവ് ദുഃഖത്തോടെയാണെങ്കിലും പന്നിമകനെ നാട്ടിൽ നിന്നും ബഹിഷ്കരിച്ച് ദൂരെയുള്ള വനത്തിൽ വിട്ടുകയും ചെയ്തു. പ്രഭവിന്റെ ഇളയപുത്രി സുന്ദരിയും സൽസ്വഭാവിയുമായിരുന്നു. അവളുടെ സ്നേഹം നിറഞ്ഞ പെരുമാറ്റം കൊണ്ട് എല്ലാവരും കഴിഞ്ഞകാലങ്ങളിലെ

അനിഷ്ടസംഭവങ്ങൾ കുറേശ്ശ മറക്കാൻ തുടങ്ങി. അങ്ങനെയിരിക്കെ ഒരു ദിവസം പ്രഭകുടുംബത്തിലെ എല്ലാ അംഗങ്ങളും ചേർന്ന് ഒരു ഉല്ലാസയാത്ര പോയി. പോയത് വനപ്രദേശത്തിനടുത്തുള്ള ഒരു ഇറന്ന ഉദ്യാനത്തിലേക്കായിരുന്നു. വിവിധ തരത്തിലുള്ള ധാരാളം പൂക്കൾ നിറഞ്ഞ ആ ഉദ്യാനം കുമാരിക്ക് വളരെ ഇഷ്ടപ്പെട്ടു. അവൾ അവിടെയുള്ള പുഷ്പങ്ങൾ ഒരോന്നായി നോക്കിനോക്കി വളരെദൂരം നടന്നു. പെട്ടെന്നാണ് അത് സംഭവിച്ചത്. വനപ്രദേശത്ത് ലക്ഷ്യ ബോധമില്ലാതെ ഓടിനടന്ന പന്നികുമാരൻ പ്രഭകുമാരിയെ കാണാൻ ഇടയായി. അവന് അവളെ വളരെയേറെ ഇഷ്ടപ്പെട്ടു. മറ്റൊന്നും ആലോചിക്കാതെ കുമാരൻ ഓടിച്ചെന്ന് കുമാരിയെ ഇക്കിയെടുത്ത് വനത്തിലുള്ളിലേക്ക് ഓടി മറഞ്ഞു. മാതാപിതാക്കളും ഭൃത്യജനങ്ങളും കുമാരിയെ എല്ലായിടത്തും തിരഞ്ഞു. പക്ഷേ പ്രയോജനം ഉണ്ടായില്ല. നിരാശരും ദുഃഖിതരുമായി അവർ മടങ്ങി.

പന്നി കുമാരിയെ കൊണ്ടുപോയത് നിബിഡമായ വനത്തിന ള്ളിൽ ഒരു ഗുഹയിലേക്കാണ്. അവിടെ അവൾക്കായി ധാരാളം പൂക്കൾ വിരിച്ച ഒരു മെത്ത അവൻ ഒരുക്കി. കൂടാതെ അവൾക്ക് കഴിക്കാനായി പലതരം പഴങ്ങളും ധാരാളം തേനും കൊണ്ടുവന്നു. കുമാരിയോട് അവൻ സ്നേഹത്തോടെ പറഞ്ഞു.

"പ്രിയമുള്ള പ്രഭകുമാരി, ഞാൻ നിന്നെ ഇങ്ങനെ തട്ടിക്കൊണ്ടു വന്നത് തെറ്റാണെന്ന് എനിക്കറിയാം. പക്ഷേ, നീ ഒന്നുകൊണ്ടും ഭയപ്പെടേണ്ട. ഞാൻ നിന്നെ യാതൊരു വിധത്തിലും ഉപദ്രവിക്ക കയില്ല. ഈ പഴങ്ങളും തേനം കഴിച്ചതിനശേഷം നീ വിശ്രമിക്ക്."

ക്രമേണ കുമാരിയുടെ മനസ്സിലെ ഭയം മാറിത്തുടങ്ങി. അവൾ ചില പഴങ്ങളും കുറച്ച് തേനം കഴിച്ചു. പിന്നീട് അവൾ മെല്ലെ പന്നികുമാ രന്റെ ദേഹത്ത് തന്റെ വിരലുകൾകൊണ്ട് തൊട്ടുനോക്കി. അവൾ ചോദിച്ചു.

"ഞാൻ പേടിച്ചപോയി. നീ എന്തിനാ എന്നെ ഇങ്ങനെ ബലമായി ഇവിടെ പിടിച്ച കൊണ്ടുവന്നത്?"

"ഹോ. അതോ. അത് എനിക്ക് നിന്നെ ഒരുപാട് ഇഷ്ടമായതു കൊണ്ടാ."

കുമാരി അവന്റെ ദേഹത്ത് സ്വന്തം വിരലുകൾ മെല്ലെ ഓടിച്ചുകൊ ണ്ട് പറഞ്ഞു.

"നിന്റെ രോമങ്ങൾ നല്ല മാർദ്ദവം ഉള്ളതായിട്ടുണ്ട്."

അവൻ അവളുടെ കൈ തന്റെ കൈകളിലെടുത്ത് ഉള്ളം കയ്യിൽ ഒന്ന് ഉമ്മവെച്ചു. പിന്നീട് അവൻ കരയാൻ തുടങ്ങി. അവൾ അന്വേ ഷിച്ചു.

"നീ എന്തിനാ കരയുന്നത്?"

"എനിക്ക് കരയാൻ ഒരു പാട് കാരണങ്ങൾ ഉണ്ട്. ഞാൻ ഒരു ശാപം കിട്ടിയവനാണ്. ശാപത്തിൽനിന്നും മോചനം കിട്ടാൻ വിഷമമല്ലെ?"

അവന്റെ കരച്ചിലും വിഷമവും കൊണ്ട് അവൾക്കും സങ്കടം തോന്നി. അവൾ ചോദിച്ചു.

"ഏത് ശാപത്തിന്റെ കാര്യമാ നീ പറയുന്നത്?"

"ഞാനത പറയാം. പറഞ്ഞാൽ നീ എന്നെ ശാപമുക്തനാകാൻ സഹായിക്കുമോ? നിനക്ക് അതിനുകഴിയും."

"നീ പറ. ഞാൻ നിന്നെ സഹായിക്കാം."

"ഞാൻ പറഞ്ഞതിനുശേഷം നീ വാക്ക് മാറ്റുകയില്ലല്ലൊ. ശരി. ഞാൻ നിന്നെ വിശ്വസിക്കുന്നു."

അല്പനേരത്തെ നിശ്ശബ്ദതക്കശേഷം അവൻ വീണ്ടും പറഞ്ഞു.

"നീ നല്ല സന്തോഷമുള്ള മനസ്സോടെ എന്നെ നിന്റെ ഭർത്താവായി സ്വീകരിക്കണം. നീ അത് ചെയ്യുമോ?"

"ഇത്രയേയുള്ളോ. ഞാൻ നേരത്തെ പറഞ്ഞില്ലെ, എനിക്ക് നിന്നെ ഇഷ്ടമാണെന്ന്? ഞാൻ നിന്നെ എന്റെ ഭർത്താവായും സ്വീകരിച്ചിരിക്കുന്നു.

അതുകേട്ടതും കുമാരൻ സന്തോഷം കൊണ്ട് മതിമറന്ന് ചാട്ടുകയും നൃത്തം ചെയ്യുകയും അവളടെ കൈയിലും നെറ്റിയിലും വീണ്ടും വീണ്ടും ഉമ്മവെയ്ക്കുകയും ചെയ്തു. പിന്നീട് അവൻ കുറേയധികം മൃദുവായ പൂക്കളും പുല്ലും മറ്റും ശേഖരിച്ചുകൊണ്ട് വന്ന് നേരത്തെ ഒരുക്കിയിരുന്ന കിടക്ക കൂടുതൽ വീതിയുള്ളതും ആക്കി. അപ്പോഴേക്കും രാത്രി ആയതിനാൽ അവൻ കുമാരിയെ കിടന്ന് ഉറങ്ങിക്കൊള്ളുവാൻ ക്ഷണിച്ചു. അവനും അതേ കിടക്കയിൽ തന്നെ കിടന്നു. അവൻ വേഗം ഉറങ്ങി. കുമാരി ഉറക്കത്തിൽ പതിവില്ലാത്ത, അവിശ്വസനീയമായ ഒരു സ്വപ്നം കണ്ടു. ആരോ തന്നോട് ചിലതെല്ലാം ചെയ്യാൻ നിർദ്ദേശിച്ചതുപോലെ; നിർദ്ദേശങ്ങളടെ ചുരുക്കം ഇതായിരുന്നു.

'പ്രഭാതത്തിൽ തന്നെ ഉണരണം. ഉണരുമ്പോൾ കിടക്കയുടെ അടുത്ത് ഒരു പന്നിത്തോൽപുതപ്പ് ചുറ്റി വെച്ചിരിക്കുന്നത് കാണാം. ഒട്ടും സമയം കളയാതെ അതെടുത്തുകൊണ്ട് ഗ്രഹക്ക് വെളിയിൽ പോകണം. ഗ്രഹയുടെ വെളിയിൽ കാണുന്ന ഒരു വലിയ പാറക്ക ല്ലകൊണ്ട് ഗ്രഹാദ്വാരം അടയ്ക്കണം. പിന്നീട് ഗ്രഹക്കവെളിയിൽ കമ്പുകളും ഇലകളും മറ്റും ശേഖരിച്ച് കൂട്ടിയിട്ട് തീ കൊളുത്തണം. തീ ശക്തിയായി ആളിക്കത്തുമ്പോൾ ആ പുതപ്പ് തീയിലിട്ട് എരിക്കണം.' ഈ കാര്യങ്ങളെല്ലാം ഒട്ടും സമയം കളയാതെ വേഗം ചെയ്യണം.'

പ്രഭാതത്തിൽതന്നെ ഉണർന്ന കുമാരി ശ്രദ്ധിച്ചു. പന്നി നല്ല ഉറക്കത്തിലായിരുന്നു. സ്വപ്നത്തിൽ കണ്ടതുപോലെ കിടക്കയുടെ

അരികിൽ പന്നിത്തോൽ പുതപ്പും ഉണ്ടായിരുന്നു. അതെല്ലാം കണ്ട് കുമാരി ആലോചിച്ചു. 'സ്വപ്നത്തിൽ കണ്ടതുപോലെ പുതപ്പ് അവി ടെയുണ്ടായിരുന്ന സ്ഥിതിക്ക് എന്തുകൊണ്ട് മറ്റെല്ലാകാര്യങ്ങളും അതുപോലെ ചെയ്ത് പരീക്ഷിച്ചുകൂടാ. എന്ത് സംഭവിക്കുമെന്ന് കാണാമല്ലോ. കുമാരി എല്ലാം സ്വപ്നത്തിൽ കണ്ടതുപോലെ ചെയ്തു. പുതപ്പ് തീയിട്ടു കഴിഞ്ഞപ്പോൾ കുമാരന്റെ കരച്ചിൽ കേൾക്കാനായി. പക്ഷേ അപ്പോഴേക്കും ഗൃഹാദ്വാരത്തിന്റെ മുമ്പിൽ വെച്ച കല്ല് നല്ലതുപോലെ ചൂടുപിടിച്ചിരുന്നു. കല്ലിന്റെ ചൂട് കുറച്ച് കുറഞ്ഞതിന ശേഷം കുറേ ബുദ്ധിമുട്ടിയാണെങ്കിലും കുമാരി ആ കല്ല് ഉരുട്ടിമാറ്റി. ഗൃഹയിൽ പ്രവേശിച്ച കുമാരി കണ്ടത് തികച്ചും അതിശയിപ്പിക്കുന്ന സന്തോഷകരമായ ഒരു കാഴ്ചയാണ്. പന്നികുമാരനപകരം കുമാരിയെ സഹർഷം സ്വീകരിച്ചത് അതീവ സുന്ദരനും സുമുഖനുമായ ഒരു ചെറു പ്പക്കാരനായിരുന്നു.

"കുമാരീ, നീ എന്നെ ശാപവിമുക്തനാക്കിയിരിക്കുന്നു. നീ എന്റേതാണ്. എന്റേതുമാത്രം. ഞാൻ നിന്റേതും. എന്താ. അങ്ങിനെ യല്ലേ?"

അവർ രണ്ടുപേരും അവിടെ നിന്ന് നേരെ പോയത് കുമാരന്റെ കൊട്ടാരത്തിലേക്കാണ്. എല്ലാം കേട്ടരാജാവ് കുമാരിയുടെ മാതാപി താക്കളെ കൊട്ടാരത്തിലേക്ക് ക്ഷണിച്ചുവരുത്തി വിവരങ്ങളെല്ലാം സന്തോഷത്തോടെ അറിയിച്ചു. കുമാരനും അവരോട് പറഞ്ഞു.

"നിങ്ങൾക്ക് മൂത്തരണ്ടുമക്കളെ ഞാൻ കാരണം നഷ്ടപ്പെട്ടു. പക്ഷേ ഞാനങ്ങനെയൊന്നും ആഗ്രഹിച്ചതല്ല. അവർ രണ്ടുപേരും എന്നോട് ഒരല്പം സ്നേഹം കാണിച്ചിരുന്നുവെങ്കിൽ എന്ന് ഞാനാഗ്രഹിച്ച പോകുകയാണ്."

"അതേ. ശരിയാണ്. പക്ഷേ എല്ലാം കഴിഞ്ഞുപോയ കാര്യങ്ങ ളല്ലേ? ഇനി അതൊന്നും ഓർക്കണ്ടാ, മകനെ" അവർ അവനെ ആശ്വസിപ്പിച്ചു. സ്വയം ആശ്വസിച്ചു.

എല്ലാവരും ആലോചിച്ച് തീർച്ചയാക്കി ഒരു നല്ല മുഹൂർത്തത്തിൽ കുമാരന്റെയും കുമാരിയുടെയും വിവാഹം ആർഭാടമായി നടത്തി. അവർ സുഖമായി ജീവിച്ചു. രാജാവിന്റെ മരണത്തിന് ശേഷം രാജാവും രാജ്ഞിയും എന്ന ഔദ്യോഗിക പദവിയിലും വളരെക്കാലം ജീവിച്ചു.

●

9 789387 398986